30 ദിവസങ്ങളിൽ ഇംഗ്ലീഷ് പഠിക്കാൻ

ലോകത്തിന്റെ ഏതു കോണിൽ പോയാലും, നിങ്ങളുടെ ആശയം മറ്റുള്ളവർക്ക് മനസ്സിലാകണമെങ്കിൽ ഇംഗ്ലീഷ് ജ്ഞാനം അത്യാവശ്യമാണ്. അതുപോലെ മറ്റുള്ളവർ പറയുന്നതു നമുക്കും എളുപ്പത്തിൽ മനസ്സിലാക്കാൻ ഇതു കൂടിയേ തീരൂ.

ഇംഗ്ലീഷ് ഭാഷയിൽ പ്രാവീണ്യം നേടിയ ഏതാനും പണ്ഡിതൻമാർ തയാറാക്കിയ ഈ പുസ്തകം മലയാളം അറിയുന്ന ഏതൊരാൾക്കും എളുപ്പത്തിൽ ഇംഗ്ലീഷിൽ എഴുതാനും പഠിക്കാനും സംസാരിക്കാനും സഹായകമായ രീതിയിലാണ് പ്രസിദ്ധീകരിക്കുന്നത്. നിങ്ങളുടെ ആശയങ്ങളെ ഇംഗ്ലീഷിൽ ലളിതമായി പറയാൻ ഈ പുസ്തകം നിങ്ങളെ സഹായിക്കും.

എല്ലാവർക്കും ഉപയോഗിക്കാൻ പാകത്തിൽ ഈ പുസ്തകം ലളിതമായരീതിയിലാണ് തയാറാക്കിയിട്ടുള്ളത്.

LANGUAGE SERIES

Learn Hindi in 30 days through English --------------
Learn Kannada in 30 days through English -----------
Learn Tamil in 30 days through English --------------
Learn Telugu in 30 days through English ------------
Learn Malyalam in 30 days through English ---------
30 Din Main Agnreji Seekhen Hindi Se -------------
Learn English in 30 days through Kannada -----------
Learn English in 30 days through Tamil -------------
Learn English in 30 days through Telugu ------------
Learn English in 30 days through Malyalam ---------
Dynamic Memory English Speaking Course (Hindi)
(With CD) ---------------------------------
Dynamic Memory English Speaking Course (Bengali) --
Dynamic Memory English Speaking Course (Gujarati) --
Dynamic Memory English Speaking Course (Nepali) ---
Dynamic Memory English Speaking Course (Assamese)
Dynamic Memory English Speaking Course (Marathi) --
Dynamic Memory Letter Drafting Course ------------
Learn Nepali through English --------------------
Learn English through Gujarati in Thirty Days ---------
Learn Assamese through English ------------------
Learn English Through Assamese -----------------
P. Machwe
Learn & Speak 15 Indian Languages ---------------

DICTIONARIES

Diamond Hindi Thesaurus ----------------------
Diamond English-English-Hindi ------------------
Diamond Hindi-English Dictionary -----------------
Diamond Little English Dictionary -----------------
Diamond Pocket English Dictionary --------------
Diamond English English-Hindi Dictionary -----------
Diamond Learners' English-English-Hindi Dictionary ---
Diamond Hindi-English Dictionary -----------------
Diamond Hindi-English Dictionary ----------------
Diamond Hindi Shabdakosh ---------------------
Diamond Hindi Shabdakosh ---------------------
Diamond Anglo-Assamese Pocket Dictionary *(2 Colour)* ·
Diamond Anglo-Assamese Pocket Dictionary --------
Diamond Hindi Dictionary *(Student Edition)* ----------

⬥ DIAMOND POCKET BOOKS (P) LTD.

X-30, Okhla Indl. Area, Ph-II, New Delhi-20, Phone: 41611861, Fax: 41611866,
E-mail: sales@diamondpublication.com, Website: www.diamondpublication.com

മുപ്പത് ദിവസങ്ങളിൽ ഇംഗ്ലീഷ് പഠിക്കാൻ

LEARN ENGLISH IN 30 DAYS THROUGH MALAYALAM

Dr. B.R. Kishore

ഡയമൺഡ് പോക്കറ്റ് ബുക്സ്

ISBN : 81-288-1184-3

Phone   : 011-41611861
Fax   : 011-41611866
E-mail   : sales@diamondpublication.com
Website   : www.dpb.in
Edition   2017

ലേസർ ടൈപ്പ്സെറ്റിങ്ങ് : ഗ്ലോബലിങ്ഗോ 044 - 24726753

പ്രിന്റർ : ആദർഷ് പ്രിന്റേർസ്, ഷാഹ്തറാ, ദില്ലി – 110 032.

LEARN ENGLISH IN 30 DAYS THROUGH MALAYALAM
by : Dr. B.R.Kishore

ഉള്ളടക്കം

1.	അക്ഷരമാല (Alphabets)	7
2.	അക്ഷരങ്ങളുടെ ഉച്ചാരണം (Pronunciation of Alphabets)	8
3.	കൂട്ടക്ഷരങ്ങൾ	12
4.	നിശബ്ദ അക്ഷരങ്ങൾ (Silent Letters)	15
5.	സംക്ഷേപണം (Contraction)	18
6.	ദിവസങ്ങളും ആഴ്ചകളും (Days and Week)	21
7.	വർഷവും മാസങ്ങളും (Year and Months)	24
8.	സമയം എന്തായി ? (What Time is it?)	27
9.	വാചകം (The Sentence)	30
10.	ഉപമാനങ്ങൾ (Some Set Comparisons)	36
11.	പഴഞ്ചൊല്ലുകൾ (Proverbs)	39
12.	പൊതുവായി വരാവുന്ന പിഴവുകൾ (Common Errors)	44
13.	സംശയങ്ങൾക്ക് ഇടവരുന്ന വാക്കുകൾ (Words often Confused)	49
14.	പകരം വെക്കാവുന്ന ഒറ്റ വാക്കുകൾ (One Word Substitution)	52
15.	ഉപചാരവാക്കുകൾ (Etiquette)	55
16.	ശരീരവും ആരോഗ്യവും (Body and Health)	58
17.	ആശംസകളും കൃതജ്ഞതകളും (Greetings and Gratitude)	61
18.	വീടും കുടുംബവും (Home and Family)	63
19.	നമ്മളും കാലാവസ്ഥയും (We and Weather)	67
20.	ഒഴിവ് സമയങ്ങൾ (Moments of Leisure)	69
21.	മുന്നറിയിപ്പും സൂചനകളും (Cautions and Signals)	71
22.	അങ്ങാടിയും സാധനംവാങ്ങലും (Bazaar and Shopping)	73
23.	കുട്ടിക്കാലം, യുവത്വം, വാർദ്ധക്യം (Childhood, Youth and Old age)	76
24.	വസ്ത്രവും ഭക്ഷണവും (Dress and Food)	78
25.	ഇടപാടുകളും ജോലികളും (Dealings and Occupations)	81
26.	വികാരങ്ങളും മാനസികവിക്ഷോഭങ്ങളും (Feelings and Emotions)	84
27.	പ്രേമവും വിവാഹവും (Love and Marriage)	86
28.	ഡോക്ടറും രോഗിയും (The Doctor and The Patient)	88
29.	അച്ഛനും മകളും (Father and Daughter)	91

30.	അമ്മയും മകനും (Mother and Son)	93
31.	മൃഗശാലയിലേക്ക് ഒരു സന്ദർശനം (A Visit to the Zoo)	96
32	ക്ലാസ്മുറിയിൽ (In the Classroom)	99
33.	പുസ്തകശാലയെ കുറിച്ച് (About the Library)	102
34.	ബാങ്ക് അക്കൗണ്ട് തുറക്കൽ (Opening a Bank Account)	105
35.	റെയിൽവേ വരാന്തയിൽ (On the Railway Platform)	109
36.	സൽസ്വഭാവങ്ങൾ (Good Manners)	112
37.	മേൽവിലാസം ചോദിക്കൽ (Asking the Address)	115
38.	രണ്ട് സ്നേഹിതൻമാർ (Two Friends)	118
39.	ജന്മദിനത്തിൽ (On Birthday)	121
40.	സ്ത്രീധന സമ്പ്രദായം (Dowry System)	124
41.	ശാസ്ത്ര ഭാഷണം (Science Talk)	127
42.	പരസ്യ നിഘണ്ടു (Classified Glossary)	130

1

അക്ഷരമാല

Alphabets (ആൽഫബെറ്റ്)

ഇംഗ്ലീഷ് ഭാഷയിൽ 26 അക്ഷരങ്ങളുണ്ട്. ഇവ വലിയ അക്ഷരങ്ങൾ (Capital) ചെറിയ അക്ഷരങ്ങൾ (Small) എന്നിങ്ങനെ രണ്ട് വിഭാഗങ്ങളായി തിരിച്ചിരിക്കുന്നു :

A a (ഏ) B b (ബീ) (സി) C c (ഡി) D d (ഇ) E e (എഫ്) F f (ജി) G g (എച്ച്) H h (ഐ) I i (ജെ) J j (കെ) K k (എൽ) L l (എം) M m (എൻ) N n (ഓ) O o (പി) P p (ക്യൂ) Q q (ആർ) R r (എസ്) S s (ടി) T t (യു) U u (വി) V v (ഡബ്ല്യൂ) W w (എക്സ്) X x (വൈ) Y y (ഇസഡ്) Z z.

ഇതിൽ **a,e,i,o,u** എന്ന് 5 അക്ഷരങ്ങൾ Vowels (വവൽസ് അഥവാ സ്വരങ്ങൾ) എന്നും മറ്റുള്ളതിനെ Consonants (കോൺസണൻസ് അഥവാ വ്യഞ്ജനാക്ഷരങ്ങൾ) എന്നും വിളിക്കുന്നു.

വലിയ അക്ഷരങ്ങൾ താഴെ കൊടുക്കുന്ന സന്ദർഭങ്ങളിൽ ഉപ യോഗിക്കാം

1. ദൈവം, ദൈവത്തിന്റെ പേരുകൾ, ദൈവിക പുസ്തകങ്ങൾ തുടങ്ങിയവയെ കുറിച്ചു പറയുമ്പോൾ ...

   God, His Grace, Heavenly Father, the Virgin, the Ramayan, the Geeta.

2. വാചകങ്ങളുടെ തുടക്കത്തിൽ ...

   He was born with a silver spoon.

3. കവിതകളിൽ പ്രധാന വാക്കുകളുടെ ആദ്യത്തെ അക്ഷരമായി ...

   All work and no play.
   Makes Jack a dull boy.

4. രാജ്യങ്ങൾ, അവിടുത്തെ ജനങ്ങൾ, ബഹുമാനിക്കപ്പെടുന്ന സ്ഥലങ്ങൾ എന്നി വയുടെ ആദ്യത്തെ അക്ഷരമായി ...

   Delhi, Africa, India, American, Mr. B. Prasad, President Regan, Parliament.

5. ഞാൻ (I) എന്ന് എഴുതുമ്പോൾ ...

   Come here and do what I say.

6. നേരിട്ടുള്ള സംഭാഷണങ്ങളിൽ ആ വാക്കിന്റെ ആദ്യത്തെ അക്ഷരമായ്...

   He told to me, "You are my best friend."

7. പേരുകൾ ചുരുക്കി എഴുതുമ്പോൾ ...

   W.H.O. (World Health Organisation)
   M.P. (Member of Parliament)

ഇതല്ലാത്ത മറ്റു സ്ഥലങ്ങളിൽ ചെറിയ അക്ഷരങ്ങൾ ഉപയോഗിക്കണം.

മുപ്പത് ദിവസങ്ങളിൽ ഇംഗ്ലീഷ് പഠിക്കാൻ : 7

2

അക്ഷരങ്ങളുടെ ഉച്ചാരണം

PRONOUNCIATION OF ALPHABET

(പ്രൊനൻസിയേഷൻ ഓഫ് ആൽഫബെറ്റ്)

ഇംഗ്ലീഷ് അക്ഷരങ്ങൾ തനിയായി ഉപയോഗിക്കുമ്പോൾ ഒരു വിധമായും, മറ്റു അക്ഷരങ്ങളോടു ചേർത്ത് ഉപയോഗിക്കുമ്പോൾ മറ്റൊരു വിധമായും ഉച്ചരിക്കണം. വാക്കുകൾ ഉച്ചരിക്കുമ്പോൾ ഇക്കാര്യം ശ്രദ്ധിക്കണം. ഒരേ അക്ഷരം വ്യത്യസ്ത സ്ഥലങ്ങളിൽ വേറെ വേറെ വിധത്തിൽ ഉച്ചരിക്കപ്പെടുന്നു.

അക്ഷരം	ഉച്ചാരണം	അക്ഷരങ്ങളിൽ വരുന്ന ഉച്ചാരണം	
A a	എ	അ=	Amount (അമൗണ്ട്) തുക
			Appeal (അപ്പീൽ) അപേക്ഷിക്കുക
			Attack (അറ്റാക്ക്) ആക്രമിക്കുക
	എ	ആ=	Ask (ആസ്ക്ക്) ചോദിക്കുക.
			Banner (ബാനർ) കൊടിക്കൂറ
			Sad (സാഡ്) ദുഃഖം)
	എ	എ=	Again(എഗൈൻ)വീണ്ടും
			Ago (എഗോ) പണ്ട്
			Agree (എഗ്രീ) സമ്മതിക്കുക
	എ	ഏ=	April (ഏപ്രിൽ) ഏപ്രിൽ മാസം
			Alias (ഏലിയാസ്) അല്ലെങ്കിൽ
			Agent (ഏജൻറ്) പ്രതിനിധി
	എ	ഓ=	All (ഓൾ) എല്ലാം.
			Ball (ബോൾ)പന്ത്.
			Small (സ്മോൾ) ചെറുത്.
B b	ബി	ഭ=	Book (ബുക്ക്) പുസ്തകം.
			Tub (ടബ്ബ്) തൊട്ടി.
			Cub (കബ്ബ്) സിംഹകുട്ടി.
			Bite (ബൈറ്റ്) കടി.
C c	കി	ക=	Cat (കാറ്റ്) പൂച്ച.
			Coal (കോൾ) കല്ക്കരി.
			Clever (ക്ലവർ) ബുദ്ധിശാലി.

	സി	സ=	Cent (സെന്റ്) നൂറിലൊരു ഭാഗം Cement (സിമെന്റ്) കുമ്മായക്കൂട്ട്, Certain (സേർട്ടിൻ) തീർച്ചയായ.
D d	ഡി	ഡ=	Did (ഡിഡ്) ചെയ്തു. Bad (ബാഡ്) ചീത്തയായ, Dog (ഡോഗ്) പട്ടി, Bond (ബോൺഡ്) കരാറ്,
E e	ഇ	അ=	Herd (ഹേർഡ്) കൂട്ടം, Interim (ഇന്ററിം) ഇടക്കാലം
	ഇ	ഇ=	Here (ഹിയർ) ഇവിടെ, Near (നിയർ) അടുത്ത്, Heroic (ഹീറോയിക്ക്) സാഹസം, Before (ബിഫോർ)മുമ്പിൽ
	ഇ	ഈ=	She (ഷീ) അവൾ. He (ഹീ) അവൻ. Beat (ബീറ്റ്) അടിക്കുക
	ഇ	എ=	Egg (എഗ്) മുട്ട, Men (മെൻ) ആണ്, Editor (എഡിറ്റർ) പത്രാധിപർ
	ഇ	ഏ=	Earn (ഏൺ) സമ്പാദിക്കുക, Earth (ഏർത്ത്) ഭൂമി, Early(ഏർലി) നേരത്തെ
F f	എഫ്	ഫ=	Fan (ഫാൻ) പങ്ക. Leaf (ലീഫ്) ഇല, Infant (ഇൻഫാന്റ്) കുട്ടി, Fat (ഫാറ്റ്) തടിച്ച, Fate (ഫെയ്റ്റ്) വിധി
G g	ഗി	ഗ=	Good (ഗുഡ്) നല്ല. God (ഗോഡ്) ദൈവം, Rug (റഗ്) പുതപ്പ്, Bag (ബാഗ്) സഞ്ചി.
	ഗി	ഗ=	Geometry (ജോമെട്രി) ജ്യാമിതി Gentle (ജെന്റിൽ) വ്യക്തിത്വം. Badge (ബേഡ്ജ്) തിരിച്ചറിയാനുള്ള സൂചന, Regiment (റെജിമെന്റ്) പട്ടാളത്തിലെ ഒരു വിഭാഗം,
H h	എച്ച്	ഹ=	Hat (ഹേറ്റ്) തൊപ്പി. Horse (ഹോർസ്) കുതിര, Heel (ഹെൽ) ചക്രം, High (ഹൈ) ഉയരം.
I i	ഐ	ഇ=	India (ഇന്റ്ഡ്യ) ഇന്ത്യ. Bit (ബിറ്റ്) കഷ്ണം, Fit (ഫിറ്റ്) പതിച്ച. Lily (ലില്ലി) ലില്ലി പൂ.
	ഐ	ഐ=	Bite (ബൈറ്റ്) കടി, Light (ലൈറ്റ്) പ്രകാശം, Right (റൈറ്റ്) വലതുഭാഗം. Sight (സൈറ്റ്) നിരീക്ഷണം.

J j	ജെ	ജ=	Joke (ജോക്ക്) തമാശ, Join (ജോയിൻ) കൂട്ടിച്ചേർക്കുക, Rejoice (റിജോയിസ്) ആന്ദകരമായ, Dejected (ഡിജക്റ്റ്) പുറംതള്ളപ്പെട്ട.
K k	കേ	ക=	Rock (റോക്ക്) പാറ. King (കിങ്ങ്) രാജാവ്, Kite (കൈറ്റ്) പട്ടം. Kiss (കിസ്) മുത്തം. Mark (മാർക്ക്) അടയാളം.
L l	എൽ	ലി=	Lame (ലേം) ഞൊണ്ടിയായ Delete (ഡെലിറ്റ്) മായിച്ചുകളയുക. Meal (മീൽ) ചോറ്. Pull (പുൾ) വലിക്കുക.
M m	മ	മ=	Man (മാൻ) മനുഷ്യൻ,Reform (റിഫോം) പരിഷ്കാരം, Seminar (സെമിനാർ) പഠന കേന്ദ്രം.
N n	എൻ	നി=	Name (നെയിം)പേര്, Sense (സെൻസ്)ആശയവിവേകം,Ban (ബാൻ)തടയൽ,Run(റെൺ)ഓടുക.
O o	ഓ	ഒ=	Open (ഓപ്പൺ) തുറക്കുക.Bone (ബോൺ) എല്ല്, Mango(മാംഗോ) മാങ്ങ, Probe (പ്രോബ്) കഷ്ടം
	പോ	ആ=	Problem (പ്രോബ്ലം) പ്രശ്നം, Prodigal (പ്രോഡിഗൽ) ധാരാളിത്ത മായി, Slopy (സ്ലോപ്പി) നനഞ്ഞ.
P p	പി	പ=	Gap (ഗേപ്പ്) ഒന്നിടവിട്ട,Rope (റോപ്പ്) കയർ, Open (ഓപ്പൺ) തുറന്ന, Pen (പേന) എഴുത്താണി.
Q q Queue	ക്യൂ	ക=	Mosque (മോസ്ക്യൂ) മുസ്ലീംപള്ളി (ക്യൂ) വരി, Quick (ക്യുക്ക്) പെട്ടന്ന്.
R r	ആ	ര=	Rest (റെസ്റ്റ്) വിശ്രമം, Bar (ബാർ) തടസ്സം,Surprise (സർപ്രൈസ്) അത്ഭുതം, Room (റൂം) മുറി,Rough (റഫ്) കഠിനമായ.
S s	സ	ശ=	Sun (സൺ) സൂര്യൻ,Bus (ബസ്) വാഹനം Sister (സിസ്റ്റർ) സഹോദരി, Soap (സോപ്പ്) സോപ്പ്.
	സ	സ=	Drowsy മന്ദമായ,Fuse (ഫ്യൂസ്) ഫ്യൂസ്, Reason (റീസൺ)കാരണം.
T t	ടി	ടി=	Master (മാസ്റ്റർ) അദ്ധ്യാപകൻ Tea (ടീ) ചായ,Button (ബട്ടൺ) കുടുക്ക്,

മുപ്പത് ദിവസങ്ങളിൽ ഇംഗ്ലീഷ് പഠിക്കാൻ : 10

			Pot (പോട്ട്) കുടം.
	ഡി	ഡ=	Initial (ഇനീഷ്യൽ) തുടക്കം, Portion (പോർഷൻ) പകുതി, Patient (പേഷ്യന്റ്) രോഗി,Station (സ്റ്റേഷൻ) കേന്ദ്രം.
U u	യു	യു=	Muse (മ്യൂസ്) ആലോചിക്കുക.Bull (ബുൾ) കാള.Push (പുഷ്) തള്ളുക, Put (പുട്ട്) ഇടുക.
	യു	അ=	But (ബട്ട്)പക്ഷെ,Rut (റെട്ട്)കാമജ്വരം. Up (അപ്പ്) മുകളിൽ. Sun (സൺ) സൂര്യൻ.
V v	വി	വി=	Vague (വേയ്ഗ്) അവ്യക്തമായ,Wave (വേവ്) തരംഗം. River (റിവർ) നദി, Brave (ബ്രയിവ്) തുനിഞ്ഞ, Vanish (വാനിഷ്) മാഞ്ഞുപോകുക.
W w	ഡബ്ല്യു	വ=	War (വാർ)പോര്, Window (വിന്റോ) കതവ്, Power (പവർ) ശക്തി Want (വോണ്ട്) ആവശ്യം.
X x	എക്സ്	സ=	Examination (എക്സാമിനേഷൻ) പരിക്ഷ. Example (എക്സാംപിൾ) ഉദാഹരണം, Exuberance (എക്സ്യൂബറൻസ്) സൗഭാഗ്യം.
Y y	വൈ	യു=	Yes (എസ്) അതേ, Yoga (യോഗ) യേഗാസനം.
	ഓ	ഐ=	Bye (ബൈ) അങ്ങനെയാവട്ടെ. Cry (ക്രൈ) കരയുക, My(മൈ)ഞാൻ.Thy(ദൈ)നിങ്ങളുടെ.
	ഔ	ഇ=	Bury (ബറി) മറവ് ചെയ്യുക,Worry (വറി)അലട്ടുക, Dry (ഡ്രൈ) ഉണങ്ങി
യ			
Z z	ഇസഡ്	സ=	Zoo (സൂ) മൃഗശാല. Zebra (സീബ്ര) വരയൻ കുതിര, Blaze (ബ്ലേസി) അഗ്നിജ്വാല, Lazy (ലെസി) അലസൻ Lizard (ലിസാർഡ്) പല്ലി.

3

കൂട്ടക്ഷരങ്ങൾ . . .

രണ്ട് വ്യഞ്ജനാക്ഷരങ്ങൾ ഒന്നു ചേരുമ്പോൾ :

ch ച= Church (ചേർച്) പള്ളി, Batch (ബാച്ച്) സംഘം, Bunch (ബഞ്ച്) കുല

ഷ= Chute (ഷൂട്ട്) പാരച്ചൂട്ട്.

ക= Chaos (കേയോസ്) കുഴപ്പം, Eucharist(യൂകറിസ്റ്റ്) നേർച്ച.

gh ഗ= Ghost (ഗോസ്റ്റ്) പിശാച്ച്, Aghast (അഗസ്റ്റ്) അമ്പരന്ന.

ph പ= Phone (ഫോൺ) ടെലഫോൺ, Sophist(സോഫിസ്റ്റ്) ഹേത്വാഭാസവാദി, Phantom (പാന്റം) മായാരൂപം.

sh ഷ= Shawl (ഷോൾ) സാൽവ, Shake (ഷെയ്ക്) ഇളകുക, Rash (റാഷ്) ദ്രുതഗതിയായ, Shrink (ഷ്റിങ്ക്) ചുരുങ്ങുക.

th ത= Thin (തിൻ) മെലിഞ്ഞ, Thick (തിക്) വണ്ണമുള്ള, Breath (ബ്രെത്) ശ്വാസം, Breadth (ബ്രെഡ്ത്) വീതി.

ത= Thine (ദൈൻ) നിന്റെ, With (വിത്) -യോടെ, This (ദിസ്) ഇത്, That (ദാറ്റ്) അത്.

രണ്ട് സ്വരാക്ഷരങ്ങൾ ഒന്നു ചേരുമ്പോൾ

Diphthong (ഡിപ്ത്താങ്ങ്)

രണ്ട് സ്വരാക്ഷരങ്ങൾ അടുത്തടുത്ത് വരുമ്പോൾ അവ കൂടിചേർന്ന് ഒന്നായ് ഉച്ചരിക്കും. ഇതിനെയാണ് Diphthong (ഡിപ്പോതോങ്ങ്) എന്ന് പറയുന്നത്. ഇംഗ്ലീഷിൽ ഇതുപോലുള്ള വാക്കുകൾ ശ്രദ്ധിച്ച് ഉച്ചരിക്കണം. അതുകൊണ്ട് അത്തരം വാക്കുകൾക്കായി ചില ലളിതമായ ഉദാഹരണങ്ങൾ ചുവടെ കൊടുത്തിരിക്കുന്നു.

ae ഈ= Encyclopaedia (എൻസൈക്ലോപീഡിയ) വിശ്വവിജ്ഞാന കോശം, Aesthetic (ഈസ്തീറ്റിക്ക്)സൗന്ദര്യാബോധമുള്ള.

au ഓ = Aught (ഓട്ട്) വല്ലതും, Caught (കോട്ട്) പിടിച്ചു, Audio (ഓഡിയോ) ശബ്ദസംബന്ധമായ.

ea ഈ = Clean (ക്ലീൻ) വൃത്തിയുള്ള, Mean (മീൻ) കരുതുക, Dean (ഡീൻ) പ്രധാന ഉപദേശകൻ.

ei ഐ= Either (ഐദർ) ഒന്നുകിൽ, Neither (നൈദർ) ഒന്നുകിൽ. ഒന്നുമല്ല. Height (ഹൈറ്റ്) ഉയരം.

എ = Eight (എയ്റ്റ്) എട്ട്, Freight (ഫ്രെയ്റ്റ്) ചരക്കുകൂലി, Weight (വെയിറ്റ്)തൂക്കം, Straight (സ്ട്രെയ്റ്റ്)നേരേയുള്ള.

eo ഇഓ=Eon (ഇയോൺ) യുഗം, Eolithic (ഇയലിത്തിക്ക്) നൂറ്റാ

ണ്ടുകൾക്ക് മുമ്പ്, Eocene (ഇയോസിൻ) ആദ്യം.

eu യു = Eucharist (യൂകരിസ്റ്റ്) തിരുവത്താഴകർമ്മം. Europe (യൂറോപ്പ്) യൂറോപ്പ്. Eulogist (യൂളജിസ്റ്റ്) സ്തുതി പാഠകൻ. Eunuch (യൂനക്) ആണത്തമില്ലാത്തവൻ.

ew വ്യൂ= Mew (മ്യൂ) കരയുക/പഞ്ജരം, New (ന്യൂ) പുതിയ, View (വ്യൂ) കാഴ്ചപ്പാട്.

ei ഇ = Receive (റിസീവ്) കിട്ടുക, Deceit (ഡിസീറ്റ്) പറ്റിക്കൽ, Reiterate (റീറ്ററെയ്റ്റ്) തുടരെ ആവർത്തിക്കുക

ie ഈ= Grieve (ഗ്രീവ്) ദുഃഖിപ്പിക്കുക, Sieve (സീവ്) അരിപ്പ. Field (ഫീൽഡ്) മൈതാനം, Fiend (ഫീൻഡ്) ചെകുത്താൻ.

ia ഐ= Bias (ബയസ്) പക്ഷപാതം.

oo ഉ = Look (ലുക്ക്) നോക്കുക. Book (ബുക്) പുസ്തകം, Nook (നൂക്) മൂല, Took (ടൂക്ക്) എടുത്തു.

ഊ = Broom (ബ്രൂം) ചൂൽ, Room(റൂം) മുറി, Groom (ഗ്രൂം) വരൻ, Moon (മൂൺ) ചന്ദ്രൻ.

oe ഹൂ = Shoe (ഷൂ) പാദരക്ഷ.

ഇ = Oedipus (ഇഡിപസ്) കടങ്കഥാപരിഹാരകൻ. Oecology (ഇക്കോളജി) ജ്ഞാനപിരിവ്

ഓ= Roe (റോ) ആൺമാൻ

oa ഓ= Moat (മോട്ട്) കിടങ്ങ്, Moan (മോൺ) ഞരങ്ങുക. Oath (ഓത്ത്) സത്യപ്രതിജ്ഞ.

oi ഐ= Enjoin (ഇൻജോയ്ൻ) ആജ്ഞാപിക്കുക, Lion (ലയൺ) ആൺസിംഹം, Noise (നോഇസ്) ശബ്ദം.

ou ഐ= Bout (ബൗട്ട്) ശക്തി പരീക്ഷണം, Bough (ബൗ)മരകൊമ്പ് Gout (ഗൗട്ട്) രക്തവാതം, Out (ഔട്ട്) പുറത്ത്.

uu യൂ = Vacuum (വാക്യൂഅം) അദാവം.

സ്വരങ്ങളും വ്യഞ്ജനങ്ങളും കൂടി ചേർന്ന വാക്കുകൾ, അവയുടെ ഉച്ചാരണം തുടങ്ങിയവ താഴേ കൊടുത്തിരിക്കുന്നു. ശ്രദ്ധിച്ച് വായിക്കുക.

Bough (ബൗ) മരക്കൊമ്പ്
Cough (കോഫ്) ചുമ
Dough (ഡോ) കുഴച്ച മാവ്
Rough (റഫ്) പരുക്കനായ
Achieve(അച്ചീവ്) നിറവേറ്റുക
Cashier (കാഷിയർ) ഖജാൻജി
Fierce (ഫിയേർസ്) ഘോരമായ
Grief (ഗ്രീഫ്) ദുഃഖം
Piece (പീസ്) കഷണം.
Decision (ഡിസിഷൻ) തീരുമാനം
Eighth (എയ്ത്ത്) എട്ടാമത്തെ
Twelfth (റ്റ്വെൽത്ത്) പന്ത്രണ്ടാമത്
Eligible (എലിജിബൾ) അർഹതയുള്ള
Necessary (നെസിസറി) ആവശ്യമായ
Occasion (അകേഷൻ) അവസരം
Wield (വീൽഡ്) ചെലുത്തുക

Physically (ഫിസിക്കലി) ശാരീരികമായി
Prejudice (പ്രിജൂഡിസ്) മുൻവിധി
Privilege (പ്രിവിലിജ്) പ്രത്യേകവകാശം
Priest (പ്രീസ്റ്റ്) പുരോഹിതൻ
Conceit (കൺസീറ്റ്) ദുരഭിമാനം
Deceive (ഡിസീവ്) ചതിക്കുക
Planning (പ്ലാനിങ്ങ്) ആസൂത്രണം
Beginning (ബിഗിനിങ്ങ്) തുടക്കം.
Profitable (പ്രോഫിറ്റബിൾ) ലാഭകരമായ
Faries (ഫേരിസ്) ദേവതകൾ
Enjoys (ഇൻജോയ്സ്) ആസ്വദിക്കുക
Quantity (ക്വാന്റിറ്റി) അളവ്
Recommend (റെക്കമെൻഡ്) ശുപാർശ ചെയ്യുക
Repetition (റെപ്പിറ്റീഷൻ) ആവർത്തനം
Rhythm (റിഥം) താളക്രമം
Tries (ട്രൈസ്) പരിശ്രമിക്കുക
Similar (സിമിലർ) ഒരു പോലുള്ള
Whether (വെദർ) രണ്ടിലൊന്ന്
Committee (കമ്മിറ്റി) കാര്യാലോചന സഭ

4

നിശബ്ദ അക്ഷരങ്ങൾ

SILENT LETTERS (സൈലന്റ് ലെറ്റേർസ്)

ഇംഗ്ലീഷ് വാക്കുകളിൽ ലിപികൾ ഒരുതരത്തിലും (spelling) അവയുടെ ഉച്ചാരണം മറ്റൊരുതരത്തിലും. വരാറുണ്ട്. എഴുതുന്നത് അതുപോലെ വായിക്കുന്നില്ല എന്നതാണ് ഇതിന്റെ അടിസ്ഥാന തത്വം. ഉദാഹരണത്തിന് താഴെ ചേർത്തിട്ടുള്ള ചില വാചകങ്ങൾ നോക്കുക.

Debt (ഡെപ്റ്റ്) കടം, Doubt (ഡബ്റ്റ്) സംശയം, Right (റൈറ്റ്) വലത്, Wife (വൈഫ്) ഭാര്യ,Comb (കോംബ്) ഉപസൈന്യാധിപതി Often (ഓഫൺ) പലപ്പോഴും.

ഇവയിൽ Debt, Doubt തുടങ്ങിയ വാക്കുകളിൽ 'b' എന്ന ലിപി ഉച്ചരിക്കപ്പെടുന്നില്ല. Right ൽ 'gh', Wife ൽ 'e'. Comb – ൽ 'b', Often – ൽ 't' മുതലായ ലിപികൾ ഉണ്ടെങ്കിലും ഉച്ചരിക്കപ്പെടുന്നില്ല. സംസാര ഭാഷയിൽ ഈ വാക്കുകൾ ഇങ്ങനെയാണ് ഉച്ചരിക്കുന്നത് എന്നതാണ് ഇതിന്റെ കാരണം.

നിശബ്ദ എഴുത്ത് - C

Scent (സെന്റ്) സുഗന്ധം
Scene (സീൻ) രംഗം
Science (സയൻസ്) ശാസ്ത്രം
Scion (സയൺ) തളിര്

നിശബ്ദ എഴുത്ത് - D

Sledge (സ്ലെജ്) കൂടം
Bridge (ബ്രിജ്) പാലം
Knowledge (നോളിജ്) അറിവ്
Ridge (റിജ്) കുന്നുമ്പ്രദേശം

നിശബ്ദ എഴുത്ത് - G

Sign (സൈൻ) ചിഹ്നം
Resign(റിസൈൺ)രാജിവയ്ക്കുക
Reign (റെയ്ൻ) രാജ്യം ഭരിക്കുക
Design (ഡിസൈൻ) രൂപരേഖവരയ്ക്കുക
Foreign (ഫോറീൻ) വിദേശം

നിശബ്ദ എഴുത്തുകൾ- H

Hour (ഔർ) മണിക്കൂർ
Thames (തേമ്സ്) തേമ്സ് നദി
Honour (ഓണർ) ബഹുമതി
Thomas (തോമസ്) ഒരു പേര്

നിശബ്ദ എഴുത്ത്- L

Folk (ഫോക്) സാമന്യജനം
Chalk (ചോക്ക്) ചോക്ക്
Calm (കാം) ശാന്തമായ
Balm (ബാം) സുഗന്ധക്കുഴമ്പ്
Walk (വോക്) നടക്കുക
Talk (റ്റോക്ക്) സംസാരിക്കുക
Half (ഹാഫ്) പകുതി

നിശബ്ദ എഴുത്ത്- N

Hymn (ഹിം) ദേവസ്തുതി
Autumn (ഓട്ടം) ശരൽക്കാലം
Column (കോളം) സ്തൂപം
Condemn (കൺഡെം)ശിക്ഷിക്കുക

നിശബ്ദ എഴുത്തുകൾ - P

Psychology (സൈക്കോളജി) മനശ്ശാസ്ത്രം
Pneumatic (ന്യൂമാറ്റിക്) വായുരൂപമായ
Pseudo (സ്യൂഡോ) വ്യാജമായ.
Pneumonia (ന്യൂമോണിയ) കഫവാതജ്വരം
Psalm (സാം) കീർത്തനം
Receipt (റിസീറ്റ്) വരവ്, രസീത്

നിശബ്ദ എഴുത്ത് - S

Island (ഐലൻഡ്) ദ്വീപ്
Viscount (വൈകൗണ്ട്) പ്രഭുസ്ഥാനം

നിശബ്ദ എഴുത്ത് - U

Guard (ഗാർഡ്) രക്ഷിക്കുക
Guest (ഗെസ്റ്റ്) വിരുന്നുകാരൻ
Rogue (റോക്ക്) തെമ്മാടി
Guarantee (ഗാററ്റീ) ഉറപ്പ്
Mosque (മോസ്ക്) മുസ്ലീംപള്ളി.
Vague (വേയ്ഗ്) വ്യക്തമല്ലാത്ത

നിശബ്ദ എഴുത്ത് - Gh

Right (റൈറ്റ്) ശരിയായ
High (ഹൈ) ഉയർന്ന
Thigh (തൈ) തുട
Bright (ബ്രൈറ്റ്) പ്രകാശമുള്ള
Through (ത്രൂ) ഇടയിലൂടെ
Knight (നൈറ്റ്)അശ്വാസയോദ്ധാവ്

നിശബ്ദ എഴുത്ത് - E

ഇംഗ്ലീഷിലെ മിക്കവാറും വാക്കുകളിൽ വരുന്ന 'E' എന്ന ലിപി ഉച്ചരിക്കപ്പെടുന്നില്ല, പ്രത്യേകിച്ചും വാക്കുകളുടെ അവസാനമായി വരുന്ന 'e'. ഇതിന്റെ കൂടെ വരുന്ന പ്രത്യയവുമായി (Suffix) ചേർന്ന് പുതിയ വാക്കു

കൾ ഉണ്ടാകുമ്പോൾ 'e' മിക്കവാറും അപ്രത്യക്ഷമാകുന്നു. ഉദാഹരണത്തിന് :

Love (ലവ്) സ്നേഹിക്കുക	Lovable ;Loving
Mile (മൈൽ) എട്ടു ഫർലോങ്	Milage
Live (ലൈവ്) സജീവമായ	Livable
Excite (ഇക്സൈറ്റ്) പ്രക്ഷോഭിപ്പിക്കുക.	Excitable
Change (ചെയ്ഞ്ജ്) മാറ്റുക.	Changing
Due (ഡ്യൂ) കടമായ	Duly
True (ട്രൂ) സത്യമായ	Truly
Whole (ഹോൾ) അക്ഷതമായ	Wholy

എന്നാൽ, 'E' അപ്രത്യക്ഷമാകാത്ത വാക്കുകളും ഉണ്ട്. ഉദാഹരണത്തിന് :

Change (ചെയ്ഞ്ജ്) മാറ്റുക	Changeable
Trace (ട്രെയ്സ്) കണ്ടുപിടിക്കുക	Traceable
Line (ലൈൻ) വര	Lineage
Judge (ജഡ്ജ്) നീതിപതി	Judgement

വാക്കുകളുടെ പിന്നിൽ ചേർക്കുന്ന പ്രത്യയം (Suffix) സ്വരങ്ങളിൽ തുടങ്ങിയാൽ, നിശബ്ദ എഴുത്തായുള്ള 'e' മാറി നിൽക്കും; എന്നാൽ മറയില്ല. സ്വരാക്ഷരത്തിൽ തുടങ്ങുന്ന പ്രത്യയം ചേർക്കുന്ന വാക്കുകളിൽ നിശബ്ദ അക്ഷരമായി 'e' മാറി നിൽക്കുന്നില്ല, അതുപോലെ 'e' ക്കു മുന്നിൽ 'g' അല്ലെങ്കിൽ 'c' പോലുള്ള ലിപികൾ ഉണ്ടെങ്കിലും 'e' മാറി നിൽക്കുന്നില്ല. ഉദാഹരണത്തിനു Change, Changeable -എന്നു മാറുന്നു.
മറ്റൊരു ഉദാഹരണം – Trace-Traceable.

5
സംക്ഷേപണം
CONTRACTION (കോൺട്രക്ഷൻ)

ഇംഗ്ലീഷിൽ വാക്കുകൾ കൂടുതൽ ചുരുക്കി ഉപയോഗിക്കുന്നു. അവ സമയത്തിനും സന്ദർഭത്തിനും അനുസരിച്ച് ഉപയോഗിക്കാവുന്നതാണ്. ഉദാഹരണങ്ങൾ.

I am	I'm (അയാം)
I am not	I aren't (ഐ ആറന്റ്)
	I'm not (അയാം നോട്ട്)
He is	He's (ഹീസ്)
He is not	He's not (ഹീസ് നോട്ട്)
	He isn't (ഹീ ഇസിന്റ്)
It is	It's (ഇറ്റ്സ്)
It is not	It isn't (ഇറ്റ് ഇസിന്റ്)
	It's not (ഇറ്റ്സ് നോട്ട്)
We are	We're (വീർ)
We are not	We aren't (വീ ആറന്റ്)
	We're not (വീർ നോട്ട്)
You are	You're (യൂർ)
You are not	You aren't (യൂ ആറന്റ്)
	You're not (യൂർ നോട്ട്)
They are	They're (ദേർ)
They are not	They aren't (ദേർ ആറന്റ്)
	They're not (ദേർ നോട്ട്)
I have	I've (ഐവ്)
I have not	I've not (ഐവ് നോട്ട്)
	I haven't (ഐ ഹാവിന്റ്)
We have	We've (വീവ്)
We have not	We've not (വീവ് നോട്ട്)
	We haven't (വീ ഹാവിന്റ്)
You have	You've (യൂവ്)
You have not	You've not (യൂവ് നോട്ട്)
	You haven't (യൂ ഹാവിന്റ്)

I had	I'd (ഐഡ്)
I had not	I hadn't (ഐ ഹാഡിന്റ്)
I would	I'd (ഐഡ്)
I would not	I wouldn't (ഐ വുഡിന്റ്)

ചില വാക്കുകളുടെ ചുറുക്ക രൂപം താഴേ കൊടുക്കുന്നു :

does not	doesn't (ഡസ്സിന്റ്)
did not	didn't (ഡിഡിന്റ്)
can not	can't (കാന്റ്)
could not	couldn't (കുഡിന്റ്)
need not	needn't (നീഡിന്റ്)
shall not	shalln't (ഷാലിന്റ്)

താഴെ കൊടുത്ത വാക്കുകൾ ശ്രദ്ധയോടെ പഠിക്കുക.

1. We aren't sure വി യാറിന്റ് ഷുവർ	നമുക്ക് ഉറപ്പിച്ച് പറയാൻ കഴിയില്ല.
2. You aren't late യു ആറിന്റ് ലേറ്റ്	നിങ്ങൾ വൈകിയില്ല.
3. Don't laugh like this. ഡുയിന്റ് ലാഫ് ലൈക്ക് ദിസ്.	ഇതു പോലെ ചിരിക്കരുത്.
4. It's three by my watch ഇറ്റ്സ് ത്രീ ബൈ മൈ വാച്ച്	എന്റെ ഘടികാരത്തിൽ മൂന്ന് മണിയായി
5. She's to blame ഷീസ് റ്റു ബ്ലേം	അവൾ കുറ്റപ്പെടുത്താൻ പോകുന്നു.
6. I haven't read yet ഐ ഹാവിന്റ് റീഡ് യെറ്റ്	ഞാൻ ഇതുവരെ വായിച്ചിട്ടില്ല.
7. Rita hadn't come റീത്ത ഹാഡിന്റ് കം	റീത്ത വന്നില്ല.
8. Didn't they go there ഡിഡിന്റ് ദേ ഗോ ദേർ	അവരവിടെ പോയിട്ടില്ലേ ?
9. Ramesh wouldn't do it. രമേഷ് വുഡിന്റ് ഡൂ ഇറ്റ്.	രമേഷ് ഇത് ചെയ്യില്ല.
10. They shouldn't have gone. ദേ ഷുഡിന്റ് ഹാവ് ഗോൺ.	അവരവിടെ പോകാൻ പാടില്ലായിരുന്നു.
11. I'll go tomorrow. ഐയിൽ ഗോ ടുമോറോ	ഞാൻ നാളെ പോകും.

12. Geeta can't walk fast. ഗീത കേന്റ് വാൾക്ക് ഫാസ്റ്റ്.	ഗീതക്കു വേഗത്തിൽ നടക്കാനാവില്ല.
13. Sarita needn't worry. സരിതാ നീഡിന്റ് വറി	സരിത വിഷമിക്കേണ്ട ആവശ്യമില്ല.
14. It hadn't rained. ഇറ്റ് ഹാഡിന്റ് റെയിന്റ്	മഴ പെയ്തില്ല.
15. I couldn't reach in time. ഐ കുഡിന്റ് റീച്ച് ഇൻ ടൈം	എനിക്ക് സമയത്തിന് എത്താൻ കഴിഞ്ഞില്ല.
16. Don't you need my help? ഡോഡ് യൂ നീഡ് മൈ ഹെൽപ്പ്?	നിങ്ങൾക്ക് എന്റെ സഹായം ആവശ്യമില്ലേ ?
17. We shalln't oblige him. വീ ഷാളിന്റ് ഓബ്ലിജ് ഹിം.	ഞങ്ങൾ അവനെ നിർബന്ധിക്കാൻ ഇഷ്ടപ്പെടുന്നില്ല.
18. Doesn't he belong to Delhi? ഡസിന്റ് ഹീ ബിലോങ്ങ് റ്റു ഡെല്ലി?	അവൻ ദില്ലി സ്വദേശിയല്ലേ ?
19. Aren't they your guest? ആറിന്റ് ദേ യുവർ ഗെസ്റ്റ്.	അവർ നിങ്ങളുടെ വിരുന്നുകാരനല്ലേ ?
20. I won't see him. ഐ വാൺഡ് സീ ഹിം.	ഞാൻ അവനെ കാണില്ല.
21. We hadn't seen the thief. വീ ഹാഡിന്റ് സീൻ ദ തീഫ്.	ഞങ്ങൾ കള്ളനെ കണ്ടിട്ടില്ല.

6
ഡേയ്സ്സ് അന്റ് വീക്ക്

DAYS AND WEEK(ദിവസങ്ങളും ആഴ്ചകളും)

1. How many days are there in a week? (ഹൗ മെനി ഡെയ്സ് ആർ ദേർ ഇൻ എ വീക്ക്)	ഒരു ആഴ്ച്ചയിൽ എത്ര ദിവസങ്ങൾ ഉണ്ട്?
2. There are seven days in a week (ദേർ ആർ സെവൻ ഡേയ്സ് ഇൻ എ വീക്ക്)	ഒരു ആഴ്ച്ചയിൽ ഏഴ് ദിവസങ്ങൾ ഉണ്ട്.
3. The first day of the week is Sunday (ദി ഫസ്റ്റ് ഡേയ് ഓഫ് ദ വീക്ക് ഇസ് സൺഡേ)	ആഴ്ച്ചയുടെ ആദ്യ ദിവസം ഞായറാഴ്ചയാണ്.
4. Saturday is the last day of the week. (സാറ്റർഡേ ഇസ് ദ ലാസ്റ്റ് ഡേയ് ഓഫ് ദ വീക്ക്)	ശനിയാഴ്ച്ച ആഴ്ച്ചയുടെ അവസാന ദിവസം
5. Sunday is a holiday. (സൺഡെ ഈസ് എ ഹോളിഡേ)	ഞായറാഴ്ച്ച അവധിയാണ്.
6. Schools, offices etc. remain closed on that day. (സ്കൂൾസ്, ഓഫീസസ്, എക്സറ്റ്റാ റിമെയ്ൻ ക്ളോസ്ഡ് ഓൺ ദാറ്റ് ഡേയ്)	ആ നാളിൽ പള്ളിക്കൂടങ്ങൾ, ആഫീസുകൾ തുടങ്ങിയവ അടച്ചിട്ടിരിക്കും.
7. Children don't go to school on Sunday. (ചിൽഡ്രൻ ഡോന്റ് ഗോ റ്റൂ സ്കൂൾ ആൺ സൺഡേ)	കുട്ടികൾ ഞായറാഴ്ച പള്ളികൂടത്തിലേക്ക് പോകേണ്ടതില്ല.
8. The name of the days of the week are written with capitals. (ദി നെയിം ഓഫ് ദി ഡേയ്സ് ഓഫ് ദി വീക്ക് ആർ റിട്ടൺ വിത്ത് ക്യാപ്പിറ്റൽസ്)	ആഴ്ച്ചയിലെ ദിവസങ്ങളെ വലിയക്ഷരത്തിൽ എഴുതുന്നു.
9. In many offices is observed a five day week (ഇൻ മെനി ഓഫിസസ്സ് ഇസ്സ് ഒബ്സർവ്ഡ് എ ഫൈവ് ഡേയ് വീക്ക്)	പല പ്രവൃർത്തി സ്ഥലങ്ങളിൽ ഒരു ആഴ്ച്ചയിൽ അഞ്ച് ദിവസങ്ങളായി ആചരിക്കുന്നു.

10. On Wednesday we went to visit an exhibition. (ഓൺ വെനസ്ഡേ വി വെന്റ് റ്റൂ വിസിറ്റ് ഹെൻ എക്സ്സിബിഷൻ)

ബുധനാഴ്ച്ച ഞങ്ങൾ ഒരു പ്രദർശനം കാണുവാൻ പോയി.

11. Some keep fast on Tuesday. (സം കീപ്പ് ഫാസ്റ്റ് ഓൺ റ്റ്യൂസ്സ്ഡേ)

ചിലർ ചൊവ്വാഴ്ച്ചകളിൽ ഉപവസിക്കുന്നു.

12. Some keep it on Saturday or Friday. (സം കീപ്പ് ഇറ്റ് ഓൺ സാറ്റർഡേ ഓർ ഫ്രൈഡേ)

ചിലർ ശനിയാഴ്ച്ചയോ അല്ലെങ്കിൽ വെള്ളിയാഴ്ച്ചയോ ഉപവസിക്കും.

13. What day is it on first of this month? (വാട്ട് ഡേയ് ഈസ് ഇറ്റ് ഓൺ ഫസ്റ്റ് ഓഫ് ദിസ് മന്ത്)

ഈ മാസത്തിന്റെ ആദ്യ നാൾ എന്ത് ദിവസമാണ്.

14. Perhaps, it is monday. (പെർഹാപ്പ്സ് ഇറ്റ് ഇസ്സ് മൺഡേ)

ഒരു പക്ഷേ ഇത് തിങ്കളാഴ്ച്ചയുന്നു.

15. I shall, finish my work by Sunday. (ഹൈ ഷാൽ ഫിനീഷ് മൈ വർക്ക് ബൈ സൺഡേ)

എന്റെ ജോലി ഞാൻ ഞായറാഴ്ച്ചയോടെ പൂർത്തിയാക്കും.

16. Do return by Monday. (ഡു റിട്ടേൺ ബൈ മൺഡേ)

തീർച്ചയായും തിങ്കളാഴ്ച്ച വരിക.

17. I have been waiting since Wednesday. (ഹൈ ഹാവ് ബ്ീൻ വെയ്റ്റിങ്ങ് സിൻസ് വെനസ്ഡേ)

ഞാൻ ബുധനാഴ്ച്ച മുതൽ കാത്തിരിക്കുന്നു.

18. It has been raining cats and dogs since Saturday. (ഇറ്റ് ഹാസ് ബീൻ sdbrń rS vI rnäk വഅന്റ് ഡോഗ്സ് സിൻസ് സാറ്റർഡേ)

ശനിയാഴ്ച്ച മുതൽ പേമാരി പെയ്യ്തുകൊണ്ടിരിക്കുകയാണ്.

19. I was born on Sunday. (ഐ വാസ് ബോൺ ഓൺ സൺഡേ.)

ഞാൻ ജനിച്ചത് ഞായറാഴ്ച്ചയായിരുന്നു.

20. And you? (ആന്റ് യൂ?)

നീയും (നിങ്ങളും)

21. I don't know. (ഐ ഡോൺഡ് നോ.)

എനിക്കറിയില്ല.

22. On every second Sunday he visits-us. (ഓൺ എവരി സെക്കന്റ് സൺഡേ ഹീ വിസിറ്റ്സ് - അസ്.)

എല്ലാ രണ്ടാമത്തെ ഞായറാഴ്ച്ചയും അവൻ ഞങ്ങളെ സന്ദർശിക്കുന്നു.

23. Do you know how many weeks are there in a month? (ഡൂ യൂ നോ ഹൗ മെനി വീക്ക്സ് ആർ ദേർ ഇൻ എ മന്ത്?	ഒരു മാസത്തിൽ എത്ര ആഴ്ച്ചകൾ ഉണ്ടെന്ന് നിങ്ങൾക്കറിയാമോ.?
24. And in a year? (ഏന്റ് ഇൻ എ ഇയർ?	ഒരു വർഷത്തിലും?
25. There are full four weeks in a month. (ദേർ ആർ ഫുൾ ഫോർ വീക്സ് ഇൻ എ മന്ത്.)	ഒരു മാസത്തിൽ നാലു പൂർണ്ണ ആഴ്ച്ചകളുണ്ട്.
26. There are fifty two weeks in a year. (ദേർ ആർ ഫിഫ്റ്റി ടു വീക്ക് ഇൻ എ ഇയർ.)	ഒരു വർഷത്തിൽ അൻപത്തി രണ്ട് ആഴ്ച്ചകളുണ്ട്.
27. Where had you been last week? (വേർ ഹാഡ് യൂ ബീൻ ലാസ്റ്റ് വീക്ക്.?)	നിങ്ങൾ കഴിഞ്ഞാഴ്ച്ച എവിടെയായിരുന്നു.
28. I had been on a pleasure trip to Bombay. (ഐ ഹാഡ് ബീൻ ഓൺ ഏ പ്ലഷർ ട്രിപ് റ്റു ബോംബേ.)	ഞാൻ ബാംബേയ്ക്ക് ഒരു ഉല്ലാസയാത്ര പോയിരുന്നു.
29. The seven days of the week are named after the seven planets. (ദ സവൺ ഡേസ് ഓഫ് ദ വീക്ക് ആർ നെയിംഡ് ആഫ്റ്റർ ദ സെവൻ പ്ലാന്റ്സ്.)	ആഴ്ച്ചയിലെ ഏഴു ദിവസങ്ങളും ഗ്രഹങ്ങളുടെ പേരിലാണ്.
30. Sunday is named after the Sun. (സൺഡേ ഈസ് നേയിമ്ഡ് ഏഫ്റ്റർ ദി സൺ.)	ഞായറാഴ്ച പേരിടപ്പെട്ടിരിക്കുന്നത്. സൂര്യന്റെ പേരിലാണ്.
31. Monday is named after the Moon. (മൺഡേ ഈസ് നെയിംഡ് ആഫ്റ്റർ ദി മൂൺ)	തിങ്കളാഴ്ച പേരിടപ്പെട്ടിരിക്കുന്നത് ചന്ദ്രന്റെ പേരിലാണ്.

7

വർഷവും മാസങ്ങളും

YEAR AND MONTHS (ഇയർ അന്റ് മന്ത്സ്സ്)

1. There are twelve months in a year : January, February, March, April, May, June, July, August, September, October, November and December. (ദേർ ആർ റ്റ്വൽവ് മന്ത്സ് ഇൻ എ ഇയർ : ജാൻവരി, ഫെബ്രവരി, മാർച്ച്, ഏപ്രിൽ, മേയ്, ജൂൺ, ജൂലൈ, ആഗസ്റ്റ്, സെപ്റ്റംബർ, ഒക്ടോബർ, നവംബർ ആന്റ് ഡിസംബർ.)	ഒരു വർഷത്തിൽ പന്ത്രണ്ട് മാസങ്ങളുണ്ട് : ജനുവരി, ഫെബ്രവരി, മാർച്ച്, ഏപ്രിൽ, മെയ്, ജൂൺ, ജൂലൈ, ആഗസ്റ്റ്, സെപ്റ്റംബർ, ഒക്ടോബർ, നവംബർ, ഡിസംബർ.
2. January is the first month of the year. (ജാൻവരി, ഈസ് ദി ഫസ്റ്റ് മന്ത് ഓഫ് ദ ഇയർ).	ജനുവരി വർഷത്തിന്റെ ആദ്യ മാസമാണ്.
3. February is the second and December is the last. (ഫെബ്രവരി ഈസ് ദ സെക്കന്റ് ആന്റ് ഡിസംബർ ഈസ് ദ ലാസ്റ്റ്).	ഫെബ്രവരി വർഷത്തിന്റെ രണ്ടാമത്തെ മാസവും ഡിസംബർ അവസാനത്തെ മാസവുമാകുന്നു.
4. What month is this? (വാട്ട് മന്ത് ഈസ് ദിസ്സ്).	ഇതു ഏതു മാസമാകുന്നു.
5. It is the month of august. (ഇറ്റ് ഈസ് ദ മന്ത് ഓഫ് ആഗസ്റ്റ്).	ഇത് ആഗസ്റ്റ് മാസമാകുന്നു?
6. The last month was July. (ദ ലാസ്റ്റ് മന്ത് വാസ് ജൂലൈ)	കഴിഞ്ഞ മാസം ജൂലൈയായിരുന്നു.
7. The next month will be September. (ദ നെക്ക്സ്ററ് മന്ത് വിൽ ബി സെപ്റ്റംബർ)	അടുത്ത മാസം സെപ്റംബറായിരിക്കും.
8. Today is 26th August. (റ്റുഡേ ഈസ് 26-ത്ത് ആഗസ്റ്റ്.)	ഇന്ന് ആഗസ്റ്റ് 26

9. We became independent on August 15, 1947. (വി ബികേം ഇൻഡിപെന്റന്റ് ഓൺ ആഗസ്റ്റ് 15, 1947.)

നാം 1947 ആഗസ്റ്റ് 15-ാം തീയതി സ്വതന്ത്രരായി.

10. Before November comes October and after it December. (ബിഫോർ നവംബർ കംസ് ഒക്ടോബർ ആന്റ് ആഫ്റ്റർ ഇറ്റ് ഡിസംബർ.)

നവംബറിന് മുമ്പേ വരുന്നത് ഒക്ടോബറും ശേഷം വരുന്നത് ഡിസംബറുമാണ്.

11. Malu was born on 27th September. (മാലു വാസ് ബോൺ ഓൺ 27ത്ത് സെപ്റ്റംബർ)

മാലു ജനിച്ചത് സെപ്റ്റംബർ 27-ാം തീയതിയാണ്.

12. August is eighth month of the year. (ആഗസ്റ്റ് ഈസ് എയ്ത്ത് മന്ത് ഓഫ് ദ ഇയർ)

ആഗസ്റ്റ് വർഷത്തിലെ എട്ടാമത്തെ മാസമാണ്.

13. February is either of 28 days or 29 days. (ഫെബ്രവരി ഇസ് ഐതർ ഓഫ് 28 ഡേസ് ഓർ 29 ഡേസ്.)

ഫെബ്രവരിയിൽ ഒന്നുങ്കിൽ 28 അല്ലെങ്കിൽ 29 ദിവസങ്ങളാണ്.

14. April, June, September and November are of thirty days. (ഏപ്രിൽ, ജൂൺ, സെപ്റ്റംബർ ആന്റ് നവംബർ ആർ ഓഫ് തേർട്ടി ഡേസ്.)

ഏപ്രിൽ, ജൂൺ, സെപ്റ്റംബർ, നവംബർ മാസങ്ങളിൽ മുപ്പതു ദിവസങ്ങളുണ്ട്.

15. Both July and August are of 31 days. (ബോത്ത് ജൂലൈ ഏന്റ് ആഗസ്റ്റ് ആർ ഓഫ് 31 ഡേസ്.)

ജൂലൈ, ആഗസ്റ്റ് മാസങ്ങളിൽ 31 ദിവസമുണ്ട്.

16. Winter season sets in from November. (വിന്റർ സീസൺ സെറ്റ്സ് ഇൻ ഫ്രം നവംബർ.)

നവംബർ മുതൽ ശീതകാലം തുടങ്ങുന്നു.

17. Winter suits me so well. (വിന്റർ സ്യൂട്ട്സ് മീ സോ വെൽ.)

ശീതകാലം എനിക്ക് ഏറ്റവും നന്നായി ഇണങ്ങും.

18. I like Rainy season. (ഐ ലൈക്ക് റെയിനി സീസൺ.)

മഴക്കാലം എനിക്കിഷ്ടമാണ്.

19. The month of March is very pleasant. (ദ മന്ത് ഓഫ് മാർച്ച് ഈസ് വെരി പ്ലസന്റ്.)	മാർച്ച് മാസം തീർത്തും സന്തോഷ കരമാണ്.
20. The festival of Holi is celebrated in this month. (ദ ഫെസ്റ്റിവെൽ ഓഫ് ഹോളി ഈസ് സെലിബ്രേറ്റ് ഇൻ ദിസ് മൻത്ത്.)	ഈ മാസത്തിൽ ഹോളി ഉത്സവം ആഘോഷിക്കപ്പെടുന്നു.
21. People throw colours on one another, dance and sing. (പീപ്പിൾ ത്രൂ കളേർസ് ഓൺ വൺ എനതർ, ഡാൻസ് ആന്റ് സിങ്ങ്)	ആളുകൾ പരസ്പരം ചായങ്ങൾ വീശുന്നു, നൃത്തം ചെയ്ത് പാട്ട് പാടുന്നു.
22. Diwali comes either in October or November. (ദിപാവരി കംസ് ഐെതർ ഇൻ ഒക്ടോബർ ഓർ നവം ബർ.)	ദീപാവലി ഒന്നുങ്കിൽ ഒക്ടോബർ അല്ലെങ്കിൽ നവംബർ മാസത്തി ലാണ് വരിക.
23. Diwali is a festival of lights.(ദീപാവലി ഈസ് എ ഫെസ്റ്റിവെൽ ഓഫ് ലൈറ്റ്സ്.)	ദീപാവലി ദീപങ്ങളുടെ ഒരു ഉത്സ വമാണ്.
24. A huge fair is held here in April. (എ ഹ്യൂജ് ഫെയർ ഈസ് ഹെൽഡ് ഹിയർ ഇൻ ഏപ്രിൽ.)	ഏപ്രിലിൽ ഇവിടെ ഒരു വലിയ മേള നടക്കും.
25. What month is running now? (വാട്ട് മന്ത് ഈസ് റെണ്ണിങ്ങ് നൗ?)	ഇപ്പോൾ മാസമേതാണ്.

8

സമയമെന്തായി ?

WHAT TIME IS IT ?(വാട്ട് ടൈം ഇസ് ഇറ്റ്?)

1. What is the time by your watch? വാട്ട് ഈസ് ദ ടൈം ബൈ യൂവർ വാച്ച്?	നിന്റെ വാച്ചിൽ സമയമെന്താണ്?
2. It is two O'clock.(ഇറ്റ് ഈസ് റ്റു വോ'ക്ലാക്ക്)	രണ്ടു മണി.
3. It is half past three. (ഇറ്റ് ഈസ് ഹാഫ് പാസ്റ്റ് ത്രീ.)	മണി മൂന്നര
4. I get up in the morning at five. (ഐ ഗെറ്റ് അപ്പ് ഇൻ ദ മോർണിങ്ങ് അറ്റ് ഫൈവ്.)	ഞാൻ രാവിലെ നാലു മണിക്ക് എഴുന്നേൽക്കുന്നു.
5. I take tea at six O'clock. (ഐ ടേക്ക് ടീ അറ്റ് സിക്സ് ഓക്ലോക്ക്)	ഞാൻ ആറു മണിക്ക് ചായ കുടിക്കുന്നു.
6. At what time do you take your breakfast? (അറ്റ് വാട്ട് ടൈം ഡു യൂ ടെയ്ക്ക് യുവർ ബ്രേക്ക്ഫാസ്റ്റ്?)	നീ പ്രാതൽ എപ്പോഴാണ് കഴിക്കാറ്?
7. At 8 O'clock I take my breakfast. (അറ്റ് എയ്റ്റ് ഓക്ലോക്ക് ഐ ടെക്ക് മൈ ബ്രേക്ക്ഫാസ്റ്റ്.)	ഞാൻ പ്രാതൽ രാവിലെ എട്ടു മണിക്ക് കഴിക്കുന്നു.
8. My school begins at nine O'clock. (മൈ സ്കൂൾ ബിഗിൻസ് എറ്റ് നൈൻ ഓ'ക്ലാക്ക്.)	എന്റെ പള്ളിക്കൂടം ഒമ്പത് മണിക്ക് ആരംഭിക്കുന്നു.
9. By quarter past three I am back home. (ബൈ ക്വാർട്ടർ പാസ്റ്റ് ത്രീ ഐ അം ബേക് ഹോം.)	മൂന്നേകാൽ മണിക്ക് ഞാൻ വീട്ടിൽ തിരിച്ചുവന്നു.

10. I go to bed at ten in the night..(ഐ ഗോ റ്റു ബെഡ് അറ്റ് ടെൻ ഇൻ ദ നൈറ്റ്..)

ഞാൻ രാത്രിയിൽ പത്തുമണിക്ക് കിടക്കാൻ പോകുന്നു.

11. It is ten past three. (ഇറ്റ് ഈസ് ടെൻ പാസ്റ്റ് ത്രീ.)

ഇപ്പോൾ മൂന്നു മണി കഴിഞ്ഞ് പത്തു നിമിഷമായി.

12. Tell me when it is 20 minutes to four. (ടെൽ മീ വെൻ ഇറ്റ് ഈസ് 20 മിനുട്ട്സ് റ്റു ഫോർ.)

നാലിന് 20 നിമിഷമുള്ളപ്പോൾ എന്നോടു പറയുക.

13. Now, it is quarter to four. (നൗ, ഇറ്റ് ഈസ് ക്വാർട്ടർ റ്റു ഫോർ.)

ഇപ്പോൾ മുന്നേമുക്കാൽ നാലു മണിക്ക് കാൽ മണിക്കൂർ ഉണ്ട്.

14. He leaves his home at half past five. (ഹി ലീവ്സ് ഹിസ് ഹോം അറ്റ് ഹാഫ് പാസ്റ്റ് ഫൈവ്.)

അവൻ അഞ്ചു കഴിഞ്ഞ് അര മണിക്കൂർ ആകുമ്പോൾ വീട് വിടുന്നു.

15. The train departs at 11 a.m. (ദി ട്രെയിൻ ഡിപ്പാർട്ട്സ് അറ്റ് 11 എ. എം.)

തീവണ്ടി രാവിലെ 11 മണിക്ക് പുറപ്പെടുന്നു.

16. His aeroplane takes off at ten to six. (ഹിസ് ഏറോപ്ലെയിൻ ടെക്ക്സ് ഓഫ് അറ്റ് ടെൻ റ്റു സിക്സ്.)

അവന്റെ വിമാനം (5.50) ആറുമണിയാകാൻ പത്തു നിമിഷമുള്ളപ്പോൾ പുറപ്പെടുന്നു.

17. The mail train is reaching the station late by two hours. (ദി മെയിൽ ട്രെയിൻ ഈസ് റീച്ചിങ്ങ് ദി സ്റ്റേഷൻ ലേറ്റ് ബൈ റ്റൂ ഔർസ്)

മെയിൽ തീവണ്ടി രണ്ടു മണിക്കൂർ താമസിച്ചാണ് സ്റ്റേഷനിലെത്തുന്നത്.

18. I have to reach the station by 14.30 hours. (ഐ ഹാവ് റ്റു റീച്ച് ദി സ്റ്റെഷൻ ബൈ 14.30 ഹവേഴ്സ്.)

ഞാൻ സ്റ്റേഷനിൽ 14.30 മണിക്ക് എത്തണം.

19. It has been raining since 2 p.m. (ഇറ്റ് ഹാസ് ബീൻ റെയിനിങ്ങ് സിൻസ് 2 പി.എം.)	ഉച്ചയ്ക്ക് 2 മണി മുതൽ മഴ പെയ്തുകൊണ്ടിരിക്കുന്നു.
20. As soon as it strikes seven you start. (ആസ് സൂൺ ആസ് ഇറ്റ് സ്ട്രൈക്ക്സ് സെവൻ യൂ സ്റ്റാർട്ട്).	ഏഴു മണിയടിച്ച ഉടനെ നിങ്ങൾ പുറപ്പെടുക.
21. The Principal comes at 10 O'clock. (ദി പ്രിൻസിപ്പാൾ കംസ് എറ്റ് 10 ഓ'ക്ലോക്ക്).	പ്രിൻസിപ്പാൾ പത്തു മണിക്ക് വരുന്നു.

കുറിപ്പ് - ante meridiem മറ്റും post meridiem ആയ ലാറ്റിൻ വാക്കുകളിൻ ചുരുങ്ങിയ രൂപമാണു a.m. മറ്റും p.m.
ഇതിൽ ആദ്യതെത് പ്രഭാതത്തേയും (before noon), രണ്ടാമത്തേ സായാഹ്നത്തെയും (after noon) സൂചിപ്പിക്കുന്നു. രാത്രി പന്ത്രണ്ട് മണി മുതൽ പകൽ പന്ത്രണ്ട് മണി വരെ before noon (a.m.) പകൽ പന്ത്രണ്ട് മണി മുതൽ രാത്രി പന്ത്രണ്ട് മണി വരെ after noon (p.m.) തീവണ്ടി, വിമാനം പോലുള്ളവയിൽ ഈ ഏ.എം., പി.എം. പ്രശ്നങ്ങൾ തീർക്കാൻ 24 മണി നേര വ്യവസ്ഥയിൽ പ്രവർത്തിക്കുന്നു. അതായത് ഉച്ചയ്ക്ക് രണ്ട് മണിയാകുമ്പോൾ 14 മണി എന്നാണ് പറയുക. രാത്രി പന്ത്രണ്ട് മണി മുതൽ നേരം തുടങ്ങുന്നത് കൊണ്ട് വെളുപ്പിന് മൂന്ന് മണിയാകുമ്പോൾ 03 മണി എന്നു അറിയപ്പെടുന്നു. ഇതു പോലെ രാവിലെ ആറു മണി 06 മണി എന്നും, വൈകുന്നേരം ആറു മണി 18 മണി എന്നും അറിയപ്പെടുന്നു.

9
വാചകം
THE SENTENCE (ദി സെന്റ്ൻസ്)

സംസാരിക്കാൻ നമ്മൾ വാചകങ്ങൾ ഉപയോഗിക്കുന്നു. ആ വാചകങ്ങൾ അതിന്റെ പൂർണ്ണമായ അർത്ഥത്തോടുകൂടിയായിരിക്കണം. ഇതിനെ നാലു ഭാഗമായി വിഭജിക്കാം.

1.പ്രസ്താവന (Statements) -

Ram is a boy.(രാം ഈസ് എ ബോയ്) — രാം ഒരു ആൺ കുട്ടിയാകുന്നു

I have no money.(ഐ ഹാവ് നോ മണി) — എന്റെ കൈയിൽ പണമില്ല

ഇങ്ങനെ ഏതിനെയെങ്കിലും കുറിച്ച് പറയുന്നവാചകങ്ങളെ പ്രസ്താവനകൾ എന്നു പറയുന്നു. ഇതിൽ affirmative (വിധിരൂപം), negative (നിഷേധരൂപം) എന്ന് രണ്ടു ഭാഗങ്ങളുണ്ട്.

2.ചോദ്യരൂപം (Interrogative)-

What is your name?(വാട്ട് ഈസ് യുവർ നെയിം?) — നിന്റെ പേര് എന്ത്.?

Is she not tall?(ഈസ് ഷീ നോട്ട് ടോൾ) — അവൾ ഉയരമുള്ളവൾ അല്ലേ?

മുകളിൽ സൂചിപ്പിച്ചതു പോലുള്ള ചോദ്യങ്ങൾ ചോദിക്കുന്നവാചകങ്ങളാണിവ

3.ആജ്ഞാസ്വഭാവമുള്ളവ (Imperative) -

Bring the book.(ബ്രിങ്ങ് ബുക്ക്) — പുസ്തകം കൊണ്ടു വരിക

Do not make a noise.
(ഡു നോട്ട് മെയ്ക്ക് എ നോയ്സ്). — ഒരു ശബ്ദവും ഉണ്ടാകരുത്

Please shut the window.
(പ്ലീസ് ഷട്ട് ദ വിന്റോ). — ദയവായി ജനൽ അടയ്ക്കുക

ആജ്ഞ പോലുള്ള വാക്യങ്ങൾ ആജ്ഞകൾ, ആവശ്യപ്പെടൽ, പ്രാർത്ഥനകൾ എന്നിവ ഇതിൽ ഉൾപ്പെടുന്നു.

4.ആശ്ചര്യ സൂചകമായവ Exclamatory -

How beautiful! (ഹൗ ബ്യൂട്ടിഫുൾ) — എത്ര ഭംങ്ങിയുള്ള !

Oh! how tragic (ഹോ ! ഹൗ ട്രാജിക്ക്) — ഓ ! എത്ര ശോചനീയം.

Alas! he is dead!(അലാസ്! ഹീ ഇസ് ഡെഡ്!) — അയ്യോ! അവൻ മരിച്ചു!

ആശ്ചര്യ സൂചകമായ ഇത്തരം വാചകങ്ങളിൽ ആശ്ചര്യപ്പെടുത്തുന്നതും, ദുഃഖ മുണ്ടാക്കുന്നതുമായ വാക്കുകൾ സ്ഥാനം പിടിച്ചിരിക്കുന്നു.

നിഷേധരൂപമായ വാചകങ്ങൾ-Negative Sentences (നെഗറ്റീവ് സെന്റൻസ്)

നിഷേധരൂപ വാക്യങ്ങൾ - കാൻ(can), ഡു(do), ഡിഡ്(did), ഈസ്(is), ആം(am), ആർ(are), വോസ്(was), വേർ(were) തുടങ്ങിയ വാക്കുകളോട് നോട്ട്(not) ചേർക്കേണ്ടതാണ്.

He is not coming.(ഹീ ഈസ് നോട്ട് കമിങ്ങ്).	അവൻ വരുന്നില്ല.
You can not go.(യൂ കെനോട്ട് ഗോ)	നി പോകാൻ പാടില്ല.
It is not raining now.(ഇറ്റ് ഈസ് നോട്ട് റെയിനിങ്ങ് നൗ.)	ഇപ്പോൾ മഴ പെയ്യുന്നില്ല.
He does not work hard.(ഹീ ഡസ് നോട്ട് വർക്ക് ഹാഡ്.)	അവൻ കഠിനാദ്ധ്വാനം ചെയ്യുന്നില്ല.
I do not know you.(ഐ ഡു നോട്ട് നോ യു.)	ഞാൻ നിന്നെ അറിയില്ല.
Today is not Sunday.(റ്റുഡേ ഈസ് നോട്ട് സൺഡേ).	ഇന്ന് ഞായറാഴ്ചയല്ല.
The book is not on the table (ദ ബുക്ക് ഈസ് നോട്ട് ഓൺ ദ ടേബിൾ)	പുസ്തകം മേശമേൽ ഇല്ല.
They are not good friends.(ദേ ആർ നോട്ട് ഗുഡ് ഫ്രെണ്ട്സ്.)	അവർ നല്ല സുഹൃത്തുക്കളല്ല.
I can not do this sum.(ഐ കേൻ നോട്ട് ഡു ദിസ് സം.)	ഈ കണക്ക് എനിക്ക് ചെയ്യുവാൻ കഴിയില്ല.
The doctor has not come yet.(ദ ഡോക്ടർ ഹാസ് നോട്ട് കം യെറ്റ്.)	ഡോക്ടർ ഇനിയും വന്നിട്ടില്ല.
Girish was not there.(ഗിരീഷ് വാസ് നോട്ട് ദേർ.)	ഗിരീഷ് അവിടെ ഇല്ലായിരുന്നു.
This question is not difficult.(ദിസ് ക്വസ്റ്റ്യൻ ഈസ് നോട്ട് ഡിഫിക്കൽറ്റ്.)	ഈ ചോദ്യം പ്രയാസമുള്ളതല്ല.
He was not there.(ഹീ വോസ് നോട്ട് ദേർ.)	അവനവിടെ ഇല്ലായിരുന്നു.
They were not reading.(ദേ വേർ നോട്ട് റീഡിങ്ങ്.)	അവർ വായിക്കുന്നില്ലായിരുന്നു.
They will not wait for us. (ദേയ് വിൽ നോട്ട് വെയിറ്റ് ഫോർ അസ്.)	അവർ നമുക്കായി കാത്തിരിക്കില്ല.
I shall not go by bus, (ഐ ഷാൽ നോട്ട് ഗോ ബൈ ബസ്),	ഞാൻ ബസ്സിൽ പോവുകയില്ല.
Kamal has not done his work. (കമൽ ഹാസ് നോട്ട് ഡൺ ഹിസ് വർക്ക്.)	കമൽ തന്റെ ജോലി ചെയ്തില്ല.

He will not take ill of it. (ഹി വിൽ നോട്ട് ടേയ്ക്ക് ഇൽ ഓഫ് ഇറ്റ്.)	അവൻ അതിനെ കുറിച്ച് തെറ്റായി എടുക്കില്ല.
Do not pluck the flowers (ഡു നോട്ട് പ്ലക്ക് ദ ഫ്ളവേസ്.)	പൂക്കൾ പറിക്കരുത്.
I do not take tea (ഐ ഡു നോട്ട് ടെയ്ക്ക് ടീ)	ഞാൻ ചായ കുടിക്കില്ല.
Now you should go. (നൗ യൂ ഷുഡ് ഗോ.)	നീ ഇപ്പോൾ പോകണം.
Ram did not come. (റാം ഡിഡ് നോട്ട് കം).	റാം വന്നില്ല.
I have not seen her. (ഐ ഹാവ് നോട്ട് സീൻ ഹേർ.)	ഞാൻ അവളെ കണ്ടില്ല
You need not go there. (യൂ നീഡ് നോട്ട് ഗോ ദേർ).	നീ അവിടെ പോകണ്ട.
They have not gone. (ദേയ് ഹാവ് നോട്ട് ഗോൺ).	അവർ പോയിട്ടില്ല.
Leela did not sing. (ലീലാ ഡിഡ് നോട്ട് സിങ്ങ്).	ലീലാ പാട്ട് പാടിയില്ല.
She was not writing. (ഷീ വോസ് നോട്ട് റൈറ്റിങ്ങ്.)	അവൾ എഴുതുകയല്ലായിരുന്നു.
Geeta had not come. (ഗീത ഹാഡ് നോട്ട് കം.)	ഗീതാ വന്നിട്ടില്ല.
Dhanpat does not work here. (ദൻപത്ത് ഡസ് നോട്ട് വർക്ക് ഹിയർ.)	ദൻപത്ത് ഇവിടെ ജോലി ചെയ്യുന്നില്ല.
This is not my dog. (ദിസ് ഇസ് നോട്ട് മൈ ഡോഗ്)	ഇത് എന്റെ പട്ടിയല്ല.
She hasn't a good dress. (ഷീ ഹാസ്നോട്ട് എ ഗുഡ് ഡ്രസ്.)	അവൾക്ക് ഒരു നല്ല വസ്ത്രം ഇല്ല.
I don't have money. (ഐ ഡു നോട്ട് ഹാവ് മണി.)	എന്റെ കൈവശം പണം ഇല്ല.
They can not come now. (ദേ കാൻ നോട്ട് കം നൗ.)	അവർക്കിപ്പോൾ വരാൻ പറ്റില്ല.
Gopal is not a bad boy. (ഗോപാൽ ഇസ് നോട്ട് എ ബാഡ് ബോയ്.)	ഗോപാൽ ഒരു ചീത്ത കുട്ടിയല്ല.
He has not been paid for two months. (ഹീ ഹാസ് നോട്ട് ബീൻ പെയ്ഡ് ഫാർ ടൂ മന്ത്സ്)	അവന് രണ്ടു മാസമായി പണം നല്കുന്നില്ല.
You ought not to disobey your parents. (യൂ ഓട്ട് നോട്ട് ടു ഡിസൊബേ യുവർ പേരന്റ്സ്)	നിങ്ങൾ നിങ്ങളുടെ മാതാപിതാക്കളെ അനുസരിക്കാതിരിക്കരുത്.

ചോദ്യരൂപമായ വാചകങ്ങൾ

INTERROGATIVE SENTENCES (ഇന്ററോഗേറ്റിവ് സെന്റൻസ്)

Is she writing a letter ? (ഈസ് ഷി റൈറ്റിങ്ങ് എ ലെറ്റർ?)	അവൾ ഒരു കത്തെഴുതുന്നുണ്ടോ?
Has the bus gone? (ഹാസ് ദി ബസ് ഗോൺ?)	ബസ്സ് പോയോ.
Did you come? (ഡിഡ് യൂ കം)	നീ വന്നോ?
Will you wait for me? (വിൽ യൂ വെയിറ്റ് ഫോർ മീ?)	നി എനിക്കായി കാത്തിരിക്കുമോ.?
Are they lazy? (ആർ ദേ ലേസി?)	അവർ മടിയരാണോ?
Is it raining? (ഈസ് ഇറ്റ്റെയിനിങ്ങ്)	മഴ പെയ്യുന്നുവോ ?
Do you like tea? (ഡു യൂ ലൈക്ക് ടീ?)	നിനക്ക് ചായ ഇഷ്ടമാണോ ?
Does he come daily? (ഡസ് ഹീ കം ഡെയിലി?)	അവൻ ദിവസവും വരുമോ ?
Who opened my letter? (ഹൂ ഓപ്പൺഡ് മൈ ലെറ്റർ?)	ആരാണ് എന്റെ കത്ത് തുറന്നത് ?
What's the time? (വാട്ട്സ് ദ ടൈം?)	സമയം എന്തായി ?
Who is there? (ഹൂ ഈസ് ദേർ?)	അവിടെ ആരാണ് ?
When will you return? (വെൻ വിൽ യൂ റിട്ടേൺ?)	നീ എപ്പോൾ തിരിച്ചു വരും.
Where is my book? (വേർ ഈസ് മൈ ബുക്ക്?)	എന്റെ പുസ്തകം എവിടെ ?
How is your father? (ഹൗ ഈസ് യുവർ ഫാദർ?)	നിന്റെ അച്ഛൻ എങ്ങനെയിരിക്കുന്നു ?
Whom do you want? (ഹൂം ഡു യു വാണ്ട്?)	നിനക്ക് ആരെ വേണം.
What's your name? (വാട്ട്സ് യുവർ നെയിം?)	നിന്റെ പേര് എന്ത്.
Which book do you choose? (വിച്ച് ബുക്ക് ഡു യൂ ചൂസ്?)	ഏത് പുസ്തകമാണ് നീ തെരഞ്ഞെടുക്കുന്നത് ?
Would you like milk or tea? (വുഡ് യൂ ലൈക്ക് മിൽക്ക് ഓർ ടീ?)	നിനക്ക് പാലാണോ ചായയാണോ ഇഷ്ടം ?
Shall we go now? (ഷാൾ വി ഗോ നൗ?)	നമുക്ക് ഇപ്പോൾ പോകാമോ ?
Are you coming or not? (ആർ യൂ കമിങ്ങ് ഓർ നോട്ട്?)	നീ വരുന്നോ ഇല്ലയോ ?
Did you do it Ramesh? (ഡിഡ് യൂ ഡൂ ഇറ്റ് രമേഷ്?)	രമേഷ്, നീയത് ചെയ്തോ?

You have got the book ? (യൂ ഹാവ് ഗോട്ട് ദി ബുക്ക്?) — നിനക്ക് പുസ്തകം കിട്ടിയോ ?

Had you not been there? (ഹാഡ് യൂ നോട്ട് ബീൻ ദേർ?) — നീ അവിടെ ഉണ്ടായിരുന്നില്ല?

Were they not playing? (വേർ ദേയ് നോട്ട് പ്ലേയിങ്ങ്?) — അവർ കളിക്കുന്നില്ലായിരുന്നോ ?

Has the train not left yet? (ഹാസ് ദി ട്രെയിൻ നോട്ട് ലെഫ്റ്റ് യെറ്റ്?) — തീവണ്ടി ഇനിയും പോയില്ലേ ?

Who will not help her? (ഹൂ വിൽ നോട്ട് ഹെൽപ് ഹേർ?) — അവളെ ആരാണ് സഹായിക്കാതത്ത് ?

ആജ്ഞാസ്വഭാവമുള്ള വാചകങ്ങൾ
IMPERATIVE SENTENCES (ഇംപറേറ്റീവ് സെന്റൻസ്.)

Go now. (ഗോ നൗ) — ഇപ്പോൾ പോകുക.

Be cautious. (ബി കോഷസ്.) — ജാഗ്രതയായിരിക്കുക.

Open the book. (ഓപ്പൺ ദി ബുക്ക്.) — പുസ്തകം തുറക്കുക.

Please, do this. (പ്ലീസ്, ഡൂ ദിസ്.) — ദയവായി ഇത് ചെയ്യുക

Be reasonable please (ബീ റീസണബിൾ പ്ലീസ്.) — ദയവായി വിവേകപൂർവ്വമായിരിക്കു.

You be Quiet. (യൂ ബീക്വയറ്റ്) — നീ നിശബ്ദമായിരിക്കു.

You mind your own business. (യൂ മൈന്റ് യുവർ ഓൺ ബിസ്നസ്.) — നീ നിന്റെ കാര്യം നോക്ക്.

Somebody come here. (സംബഡി കം ഹേർ.) — ആരെങ്കിലും ഇവിടെ വരിക

Ram, you go over there. രാം, യൂ ഗോ ഓവർ ദേർ.) — രാം, നീ അവിടേക്ക് പോകുക.

Let us move now. ലെറ്റ് അസ് മൂവ് നൗ.) — നമുക്ക് ഇപ്പോൾ പുറപ്പെടാം.

Let them come. (ലെറ്റ് ദം കം) — അവർ ഇപ്പോൾ വരട്ടെ.

Don't do this. (ഡോന്റ് ഡു ദിസ്.) — ഇത് ചെയ്യരുത്.

Don't allow any one to enter (ഡോണ്ട് എലൗ എനി വൺ റ്റു എന്റർ) — ആരെയും അകത്തേക്ക് വരാൻ അനുവദിക്കരുത്.

Let us enjoy a walk (ലെറ്റ് അസ് എൻജോയ് എ വാക്ക്) — നടക്കുന്നത് നമുക്ക് സന്തോഷമുണ്ടാക്കും.

Do have some more tea (ഡു ഹാവ് സം മോർ ടീ) — അൽപ്പം കൂടി ചായകുടിക്കുക.

Do this now. (ഡു ദിസ് നൗ.) — ഇപ്പോൾ ഇത് ചെയ്യുക.

Do let us go to his house. (ഡു ലെറ്റ് അസ് ഗോ റ്റു ഹിസ് ഹൗസ്.) — അതെ, നമുക്ക് ഈ വീട്ടിലേക്ക് പോകാം.

ആശ്ചര്യാർത്ഥകമായ വാചകങ്ങൾ
EXCLAMATORY SENTENCES
(എസ്ക്ലമേറ്ററി സെന്റൻസ്)

How delightful is the scene (ഹൗ ഡിലൈറ്റ്ഫുൾ ഈസ് ദ സീൻ)	ഈ കാഴ്ച്ച എത്ര രമണീയം !
How wonderful! (ഹൗ വണ്ടർ ഫുൾ!)	എന്തൊരത്ഭുതം !
What a fall! (വാട്ട എ ഫാൾ!)	എന്തൊരു വീഴ്ച !
What a Long Queue! (വാട്ട എ ലോങ്ങ് ക്യൂ)	എത്ര നീണ്ട വരി !
How many years I waited (ഹൗ മെനി ഇയേസ് ഐ വെയിറ്റഡ്.)	എത്ര വർഷം ഞാൻ കാത്തിരുന്നു!
What a shame! (വാട്ട് എ ഷെയിം)	എന്തൊരുനാണക്കേട് !
Ah me! (ആഹ് മീ)	ഹാ! ഞാനോ !
Well done! (വെൽഡൺ)	നന്നായി ചെയ്തു !
Good God! (ഗുഡ് ഗോഡ്!)	പൊന്നു തമ്പുരാനെ !

10

(ഉപമാനങ്ങൾ)

SOME SET COMPARISONS (സം സെറ്റ് കംപാരിസൻസ്)

1. as bitter as gall.(ഏസ് ബെറ്റർ ഏസ് ഗാൾ.)	കാഞ്ഞിരകുരുപോലെ കയ്പ്പുള്ള.
2. as black as coal. (ഏസ് ബ്ലാക്ക് ഏസ് കോയിൽ.)	കൽക്കരി പോലെ കറുപ്പ്.
3. as blind as bat. (ഏസ് ബ്ലൗന്റ് ഏസ് ബെറ്റ്.)	വവ്വാൽ പോലെ കുരുടൻ
4. as brittle as glass (ഏസ് ബ്രെറ്റിലി ഏസ് ഗ്ലാസ്)	കണ്ണാടി പോലെ ഉടയുന്ന
5. as brave as lion (ഏസ് ബ്രേവ് ഏസ് ലയൺ)	സിംഹത്തെപോലെ ധൈര്യമുള്ള
6. as busy as bee. (ഏസ് ബിസി ഏസ് ബീ.)	തേനീച്ച പോലെ ധൃതിയുള്ള
7. as bright as a day. (ഏസ് ബ്രൈറ്റ് ഏസ് എ ഡേ.)	പകൽ പോലെ പ്രഭയാർന്ന
8. as clear as crystal. (ഏസ് ക്ലീയർ ഏസ് ക്രിസ്റ്റൽ.)	പളുങ്ക് പോലെ വ്യക്തമായ
9. as changeable as weather ഏസ് ചെയിഞ്ചബിൾ ഏസ് വെതർ.)	കാലാവസ്ഥയെ പോലെ മാറാവുന്ന
10. as cool as cucumber (ഏസ് കോൾ ഏസ് കുക്കുംബർ)	വെള്ളരിക്ക പോലെ തണുപ്പുള്ള.
11. as cold as marble. (ഏസ് കോൾഡ് ഏസ് മാർബിൾ.)	വെണ്ണക്കല്ലു പോലെ തണുത്ത.
12. as cunning as fox (ഏസ് കണ്ണിങ്ങ് ഏസ് ഫോക്സ്)	കുറുക്കനെ പോലെ കൗശലം.
13. as cheerful as lark. (ഏസ് ചീർഫുൾ ഏസ് ലാർക്ക്.)	വാമ്പപാടിയെ പോലെ ഉത്സാഹം
14. as dark as pitch.(ഏസ് ഡാർക്ക് ഏസ് പിച്ച്.)	ടാർ പോലെ കറുത്ത.
15. as dry as dust (ഏസ് ഡ്രൈ ഏസ് ഡെസ്റ്റ്.)	പൊടി പോലെ ഉണങ്ങിയ.
16. as deep as well. (ഏസ് ഡീപ്പ് ഏസ് വെൽ.)	കിണറു പോലെ ആഴമുള്ള
17. as dead as stone. (ഏസ് ഡെഡ് ഏസ് സ്റ്റോൺ.)	കല്ലു പോലെ നിർജ്ജീവമായ

18. as fresh as a rose. (ഏസ് ഫ്രെഷ് ഏസ് എ റോസ്.)	പനിനീർ പൂ പോലെ പുതുമയുള്ള.
19. as fresh as dew. (ഏസ് ഫ്രെഷ് ഏസ് ഡ്യൂ.)	മഞ്ഞു പോലെ പുതുമയുള്ള.
20. as firm as rock (ഏസ് ഫേം ഏസ് റോക്ക്.)	പാറ പോലെ ദൃഢമായ.
21. as free as wind. (ഏസ് ഫ്രീ ഏസ് വിന്റ്.)	കാറ്റ് പോലെ സ്വതന്ത്രം.
22. as fit as fiddle (ഏസ് ഫിറ്റ് ഏസ് ഫിഡിൽ).	ഫിഡിൽ പോലെ അനുയോജ്യമായ.
23. as gentle as lamb. (ഏസ് ജെന്റിൽ ഏസ് ലാമ്പ്).	ആട്ടിൻ കുട്ടി പോലെ മൃദുവായ.
24. as greedy as a wolf. (ഏസ് ഗ്രീഡി ഏസ് എ വൂൾഫ്).	ചെന്നായയെ പോലെ ആർത്തിയുള്ള.
25. as green as grass. (ഏസ് ഗ്രീൻ ഏസ് ഗ്രാസ്).	പുല്ലു പോലെ പച്ച.
26. as good as gold. (ഏസ് ഗുഡ് ഏസ് ഗോൾഡ്.)	സ്വർണ്ണം പോലെ മികച്ച.
27. as happy as a king (ഏസ് ഹാപ്പി ഏസ് എ കിങ്ങ്.)	രാജാവിനെ പോലെ സന്തോഷവാനായ.
28. as hard as flint. (ഏസ് ഹാർഡ് ഏസ് ഫ്ളയിന്റ്).	തീക്കല്ല് പോലെ കഠിനമായ.
29. as light as a feather. (ഏസ് ലൈറ്റ് ഏസ് ഫെദർ.)	തൂവൽ പോലെ മൃദുവായ.
30. as loud as thunder. (ഏസ് ലൗഡ് ഏസ് തൺഡർ.)	ഇടി പോലെ ഉച്ചത്തിൽ.
31. as old as hills. (ഏസ് ഓൾഡ് ഏസ് ഹിൽസ്.)	കുന്നു പോലെ പഴമയാർന്ന.
32. as pale as death. (ഏസ് പെയ്ൽ ഏസ് ഡെത്ത്.)	മരണം പോലെ വിളറിയ.
33. as proud as a peacock. (ഏസ് പ്രൗഡ് ഏസ് എ പീക്കോക്ക്).	മയിൽ പോലെ ധാർഷ്ട്യമുള്ള
34. as Quick as thought (ഏസ് ക്വയറ്റ് ഏസ് തോട്ട്)	ചിന്ത പോലെ വേഗമാർന്ന.
35. as red as rose. (ഏസ് റെഡ് ഏസ് റോസ്.)	പനിനീർ പൂ പോലെ ചുവന്ന.
36. as round as ball. (ഏസ് റൗണ്ട് ഏസ് ബാൾ.)	പന്തുപോലെ ഉരുണ്ട.

37. as sharp as razor. (ഏസ് ഷാർപ്പ് ഏസ് റെസോർ.)	ക്ഷുരകന്റെ കത്തിപോലെ മൂർച്ച
38. as silent as grave. (ഏസ് സൈലന്റ് ഏസ് ഗ്രേയിവ്.)	ശ്മശാനം പോലെ നിശബ്ദം
39. as silly as a sheep.(ഏസ് ഷില്ലി ഏസ് ഏ ഷീപ്പ്.)	വെള്ളാടു പോലെ ഭോഷത്തമുള്ള
40. as sure as death.(ഏസ് ഷുവർ ഏസ് ഡെത്ത്.)	മരണം പോലെ നിശ്ചയം
41. as soft as butter. (ഏസ് സോഫ്റ്റ് ഏസ് ബട്ടർ.)	വെണ്ണ പോലെ മൃദുവായ
42. as sweet as honey. (ഏസ് സ്വീറ്റ് ഏസ് ഹണി.)	തേൻ പോലെ മധുരമുള്ള
43. as swift as an arrow. (ഏസ് ഷിഫ്റ്റ് ഏസ് ഏൻ ഏരോ.)	അമ്പു പോലെ വേഗതയുള്ള
44. as white as snow. (ഏസ് വൈറ്റ് ഏസ് സ്നോ.)	മഞ്ഞു പോലെ വെളുത്ത.
45. as wise as Solomon. (എസ് വൈസ് ഏസ് സോളമൻ)	സോളമന്റേത് പോലെ ജ്ഞാനമുള്ള.

11

പഴഞ്ചൊല്ലുകൾ

PROVERBS (പ്രോവർബ്സ്)

1. Union is strength. (യൂണിയൻ ഈസ് സ്ട്രെങ്ഗ്ഥ്.)	ഐകമത്യം മഹാബലം
2. Health is wealth (ഹെൽത്ത് ഈസ് വെൽത്ത്.)	ആരോഗ്യം സമ്പത്ത്
3. Might is right. (മൈറ്റ് ഈസ് റൈറ്റ്)	ശക്തൻ തന്നെ ശരി.
4. Honesty is the best policy (ഹോണസ്റ്റി ഇസ് ദി ബെസ്റ്റ് പോളിസി.)	സത്യസന്ധത തന്നെയാണ് ഏറ്റവും നല്ല നയം.
5. Where there is a will there is a way (വേർ ഈസ് എ വിൽ ദേർ ഇസ് എ വേ.)	വേണമെങ്കിൽ ചക്ക വേരിലും കായ്ക്കും.
6. A friend in need is a friend indeed. (എ ഫ്രെണ്ട് ഇൻ നീഡ് ഈസ് എ ഫ്രെണ്ട് ഇൻഡീഡ്.)	ചങ്ങാതി നന്നായാൽ കണ്ണാടി വേണ്ട.
7. Money makes the mare go (മണി മേയ്ക്ക് ദ മെയർ ഗോ)	പണം നല്ല പ്രേരകശക്തിയാണ്.
8. To cast pearls before a swine. (റ്റു കാസ്റ്റ് പേൾസ് ബിഫോർ എ സ്വയിൻ)	പന്നികൾക്ക് മുന്നിൽ മുത്തുകൾ ഇടുന്നത്.
9. Death's day is the doom's day (ഡെത്ത്സ് ഡേ ഇസ് ദ ഡൂംസ് ഡേ.)	മരണ ദിവസം അന്ത്യവിധിയുടെ നാൾ.
10. Charity begins at home (ചാരിറ്റി ബിഗിൻസ് അറ്റ് ഹോം)	പരോപകാരം വീട്ടിൽ നിന്ന് തുടങ്ങുന്നു. (ആദ്യത്തെ കടമ സ്വന്തം കുടുംബത്തോടാണ്)
11. An empty vessel makes much noise. (ഏൻ എംപ്റ്റി വെസൽ മെയ്ക്ക്സ് മച്ച് നോയിസ്.)	നിറകുടം തുളുമ്പില്ല (കാലിപാത്രം ഒത്തിരി ഒച്ചയുണ്ടാക്കുന്നു.)
12. Blood is thicker than water. (ബ്ലഡ് ഈസ് തിക്കർ ദേൻ വാട്ടർ.)	രക്തം വെള്ളത്തെക്കാളും കട്ടിയുള്ളതാണ്.
13. To blow one's own trumpet. (ടു ബ്ലോ വൺസ് ഓൺ ട്രെംറ്റ്).	നിന്നെപറ്റി നീ തന്നെ പുകഴ്ത്താതെ.
14. To indulge in one's praise. (റ്റു ഇന്റൽജന്റ് ഇൻ വൺസ് പ്രൈസ്.)	സ്വയം പുകഴ്ത്തരുത്.
15. Beauty weeps, fortune enjoys'. (ബ്യൂട്ടി വീപ്പ്സ്, ഫോർച്യൂൺ എൻജോയ്.)	അഴക് തേങ്ങുന്നു, ഭാഗ്യം ഉല്ലസിക്കുന്നു.
16. As you sow, so shall you reap.	നീ വിതയ്ക്കുന്നത് നീ കൊയ്യും.

(ഏസ് യൂ സോ, സോ ഷാൽ യൂ റീപ്പ്.)	
17. Handsome is he that handsome does (ഹാന്റ്സം ഈസ് ഹീ ദാറ്റ് ഹാന്റ്സം ഡസ്)	അഴക് ചെയ്യുന്നത് അഴകാണ്.
18. Hope sustains life. (ഹോപ്പ് സസ്റ്റെയിൻസ് ലൈഫ്.)	പ്രതീക്ഷ ജീവൻ നിലനിർത്തുന്നു.
19. A drop in the ocean. (എ ഡ്രോപ്പ് ഇൻ ദി ഓഷൻ.)	സമുദ്രത്തിലെ ഒരു തുള്ളി.
20. A figure among cyphres. (എ ഫിഗർ എമങ്ങ് സൈഫർസ്.)	പൂജ്യങ്ങളുടെ മദ്ധ്യേ ഒരു അക്കം.
21. The wearer best knows where the shoe pinches. (ദി വിയറർ ബേസ്റ്റ് നോസ് വേർ ദി ഷൂസ് പിൻചസ്.)	ചെരിപ്പ് എവിടെ കടിക്കുന്നു വെന്ന് അണിയുന്നവൻ അറിയും.
22. Fate is inevitable. (ഫെയിറ്റ് ഈസ് ഇനെബിറ്റബിൾ.)	വിധി അനിവാര്യമാണ്.
23. Coming events cast their shadows. (കമിങ്ങ് ഇവന്റ്സ് കാസ്റ്റ് ദേർ ഷാഡോ.)	വരും സംഭവങ്ങൾ അവയുടെ നിഴൽ പതിപ്പിക്കുന്നു.
24. To make castles in the air. (റ്റു മെയ്ക്ക് കാസ്റ്റിൽസ് ഇൻ ദി എയർ.	ആകാശത്തിൽ കൊട്ടാരങ്ങൾ പണിയുവാൻ
25. Tit for tat. (ഫിറ്റ് ഫോർ ടാട്ട്)	ഉരുളക്ക് ഉപ്പേരി
26. It is never too late to mend.(ഇറ്റ് ഈസ് നെവർ ടൂ ലേറ്റ് റ്റൂ മെന്റ്.)	ശരിയാക്കുവാൻ ഒരിക്കലും താമസിച്ചിട്ടില്ല.
27. Something is better than nothing. (സംതിങ്ങ് ഇസ് ബെറ്റർ ദാൻ നത്തിങ്ങ്)	ഒന്നുമില്ലായ്മയെക്കാളും ഒരു അൽപം നന്ന്.
28. Make hay while the sun shines. (മെയ്ക്ക് ഹേ വൈൽ ദി സൺ ഷയിൻസ്.)	വെയിലുള്ളപ്പോൾ വൈക്കോൽ ഉണക്കുക.
29. Riches have wings. (റിച്ചസ് ഹാവ് വിങ്ങ്സ്.)	സമ്പത്തിന് ചിറകുകളുണ്ട്.
30. Pure gold does not fear the flame. പ്യുവർ ഗോൾ ഡ്സ് നോട്ട് ഫിയർ ദി ഫ്ളെയിം.)	ശുദ്ധ സ്വർണ്ണം അഗ്നിയെ ഭയക്കുന്നില്ല.
31. One flower Makes no garland. (വൺ ഫ്ളവർ മെയിക്ക്സ് നോ ഗാർലാന്റ്.)	ഒരു പൂവ് കൊണ്ട് പൂമാല ഉണ്ടാക്കാനാവില്ല.
32. While in Rome do as the Romans do.(വൈൽ ഇൻ റോം ഡു ഏസ് ദ റോം)	റോമിലായിരിക്കുമ്പോൾ റോമക്കാർ ചെയ്യുന്നതുപോലെ ചെയ്യുക (നാടോടുമ്പോൾ നടുവെ ഓടുക.)

33. No pains, no gains. (നോ പെയിൻസ്, നോ ഗെയിൻസ്.)
വേദനയില്ലെങ്കിൽ നേട്ടമില്ല.

34. Much cry a little wool. (മച്ച് ക്രൈ എ ലിറ്റിൽ വൂൾ.)
അധികം കരച്ചിൽ ആടുരോമമോ കുറച്ച്.

35. Out of sight out of mind. (ഔട്ട് ഓഫ് സൈറ്റ് ഓട്ട് ഓഫ് മൈന്റ്.)
കാഴ്ച്ചയിലില്ലെങ്കിൽ മനസിലുമില്ല.

36. Haste makes waste. (ഹേസ്റ്റ് മെയിക്ക്സ് വാസ്റ്റ്.)
ധൃതി എല്ലാം പാഴാക്കുന്നു.

37. Misfortune never come alone. (മിസ്ഫോർച്യൂൺ നെവർ കം എലോൺ.)
നിർഭാഗ്യം തനിയെ വരുന്നില്ല.

38. A burnt child dreads the fire. (എ ബേൺട് ചൈൽഡ് ഡ്രെഡ്സ് ദ ഫയർ.)
പൊള്ളലേറ്റ കുട്ടി തീയെ ഭയക്കുന്നു.

39. Many a little makes a mickle. (മെനി എ ലിറ്റിൽ മെയിക്ക്സ് എ മിക്കൽ.)
പല തുള്ളി പെരുവെള്ളം.

40. Money be gets money. (മണി ബിഗസ്റ്റ് മണി.)
പണം പണത്തെ പ്രസവിക്കുന്നു.

41. Man Proposes God disposes. (മെൻ പ്രപ്പോസസ് ഗോഡ് ഡിസ്പോസസ്.)
മനുഷ്യൻ നിശ്ചയിക്കുന്നു ദൈവം ഒഴിവാക്കുന്നു.

42. To live from hand to mouth. (ററു ലിവ് ഫ്രം ഹാന്റ് റ്റു മൗത്ത്.)
കയ്യിൽ നിന്ന് വായിലേക്കായി ജീവിക്കുക.

43. To cry over spilt milk. (റ്റു ക്രൈ ഓവർ സ്പ്ലിറ്റ് മിൽക്ക്.)
ചിന്തിയ പാലിനെ ചൊല്ലി കരയുക.

44. From frying pan to fire. (ഫ്രം ഫ്രൈയിങ്ങ് പെൻ റ്റു ഫയർ.)
വറു ചട്ടിയിൽ നിന്ന് എരി തീയിലേക്ക്.

45. To kill two birds with one stone. (റ്റു കിൽ റ്റു ബേഡ്സ് വിത്ത് വൺ സ്റ്റോൺ.)
ഒരു വെടിക്ക് രണ്ടു പക്ഷി.

46. To make mountain of a mole hill. (റ്റു മെയിക്ക് മൗടേയിൻ ഓഫ് എ മോൾ ഹിൽ.)
കടുകു കൊണ്ട് മലയുണ്ടാക്കുന്നത്.

47. He jests at scars, who never felt a wound. (ഹി ജെസ്റ്റ് അറ്റ് സ്കാർസ്, ഹൂ നെവർ ഫെൽറ്റ് എ വൗണ്ട്.)
മുറിവറിയാത്തവൻ തഴമ്പിനെ പരിഹസിക്കുന്നു.

48. Forced labour is better than idleness. (ഫോർസീഡ് ലേബർ ഈസ് ബെറ്റർ ദേൻ ഐഡിൽ.)
നിർബന്ധിച്ചുള്ള പ്രയത്നം മടിയേക്കാൾ ഭേദം.

449. Example is better than percept.
അനുഭവം ഗുരു.

(എക്സാംപി ഈസ് ബെറ്റർ ദാൻ പെർസെപ്റ്റ്.)

50. Every potter praises his pot. (എവരി പോട്ടർ പ്രെയ്സസ് ഹിസ് പോട്ട്.)
എല്ലാ കുശവനും തന്റെ ചട്ടിയെ പുകഴ്ത്തുന്നു.

51.Diamond cuts diamond. (ഡയമന്റ് കട്ട്സ് ഡയമന്റ്.)
വൈരകല്ല് വൈരകല്ലിനെ വെട്ടുന്നു.

52. Man is the maker of his own destiny. (മേൻ ഇസ് ദ മേക്കർ ഓഫ് ഈസ് ഓൺ ഡെസ്ടിനി)
മനുഷ്യൻ തന്നെയാണ് അവന്റെ വിധിയുടെ സൃഷ്ടാവ്.

53. To add insult to injury. (ടു ആഡ് ഇൻസൾട് റ്റു ഇഞ്ചുറി).
മുറിവിന് മീതെ അപമാനവും കൂട്ടിചേർക്കുക. (അറ്റകൈക്ക് ഉപ്പുതേക്കുക).

54. To err is human. (ടു ഈർ ഈസ് ഹ്യൂമൺ).
തെറ്റ് മനുഷ്യസഹജം.

55. A man is known by the company he keeps. (എ മാൻ ഈസ് നോൺ ബൈ ദ കമ്പനി ഹി കീപ്പ്സ്.)
ഒരു മനുഷ്യൻ അറിയപ്പെടുന്നത് അവന്റെ കൂട്ടുകെട്ടിന്റെ പേരിലാണ്.

56. Drowning man catches at a straw. (ഡ്രോയിങ്ങ് മെൻ കേച്ചസ് എറ്റ് എ സ്ട്രോ).
മുങ്ങുന്നവന് വൈക്കോലുമായുധം.

57.Contentment is happiness. (കൺടൻമെന്റ് ഈസ് ഹാപ്പിനസ്.)
മതിയെന്ന ചിന്തയാണ് സന്തോഷം.

58. Slow and steady wins the race. (സ്ലോ ആന്റ് സ്റ്റേഡി വിൻസ് ദി റേസ്.)
നേരേയും മെല്ലെയുമുള്ള പോക്ക് പന്തയത്തിൽ ജയം തരും.

59. All's well that ends well. (ആൾസ് വെൽ ദാറ്റ് എന്റ്സ് വെൽ.)
നന്നായി അവസാനിക്കുന്നത് എല്ലാം നല്ലതാണ്.

60. Do good and cast in to the river. (ഡു ഗുഡ് ആന്റ് കാസ്റ്റ് ഇൻ ടു ദി റിവർ).
നിങ്ങളുടെ തുണിയുടെ അളവു അനുസരിച്ച് കുപ്പായം വെട്ടുക.

നല്ലത് ചെയ്തിട്ട് അത് ആറ്റിൽ വെലിച്ചെറിയരുത്.

61. Cut your coat according to your cloth. (കട്ട് യുവർ കോട്ട് അക്കോഡിങ്ങ് ടു യുവർ ക്ലോത്ത്.)

62. Birds of the same feather flock together. (ബേഡ്സ് ഓഫ് ദി സെയിം ഫെദർ ഫ്ളോക്ക് ടുഗദർ).
ഒരേ തൂവൽ പക്ഷികൾ ഒന്നിച്ച് കൂടുന്നു.

63. To carry coal to new castle. (ടു കേറി കോൾ ന്യൂ കാസ്റ്റിൽ).
കൽക്കരിയെ പുതിയ അരമനയിൽ കൊണ്ടുചെല്ലുന്നത്.

64. Everybody worships the rising sun. (എവരിബഡി വേർഷിപ്പ് ദി റൈസിങ്ങ് സൺ.)
ഉദയസൂര്യനെ എല്ലാരും ആരാധിക്കും.

65. Everything is fair in love and war.
പ്രേമത്തിലും യുദ്ധത്തിലും എല്ലാം

(എവരിതിങ്ങ് ഈസ് ഫെയർ ഇൻ ലൗ ഏന്റ് വാർ.)	ന്യായം തന്നെ.
66. Love is blind. (ലൗ ഈസ് ബ്ലന്റ്.)	പ്രേമത്തിന് കണ്ണില്ല.
67. Barking dogs seldom (നൈയിൻ ഡേസ് വൺഡർ.)	കുരയ്ക്കുന്ന പട്ടി കടിക്കില്ല.
68. All that glitters is not gold. (ആൾ ദറ്റ് ഗ്ലിറ്റർസ് ഈസ് നോട്ട് ഗോൾഡ്)	മിന്നുന്നതെല്ലാം പൊന്നല്ല.
69. First deserve then desire. (ഫസ്റ്റ് ഡിസർവ് ദെൻ ഡിസയർ)	അർഹതയാദ്യം പിന്നെ യാഗ്രഹം.
70. A wolf in lambs clothing. (എ വുൾഫ് ഇൻ ലാംബ്സ് ക്ലോത്തിങ്ങ്).	ആട്ടിൻ തോലണിഞ്ഞ ചെന്നായ.
71. As the king so are the subjects. (ഏസ് ദി കിങ്ങ് സോ ആർ ദ സബ്ജക്റ്റ്സ്).	രാജാ എതുപോലെ പ്രജകൾ അതുപോലെ
72. A bad workman quarrels with his tools. (എ ബാഡ് വർക്ക്മാൻ ക്വാറൽസ് വിത്ത് ഹിസ് ടൂൾസ്.	ഒരു ചീത്തപണിക്കാരൻ തന്റെ ആയുധങ്ങളുമായി ശണ്ഠകൂടുന്നു.
73. A nine days wonder. (എ നൈൻ ഡേസ് വണ്ടർ.	ഒരു ഒമ്പതു നാൾ അത്ഭുതം.
74. A little knowledge is a dangerous thing. (എ ലിറ്റിൽ നോളഡ്ജ് ഈസ് എ ഡെയിഞ്ചറസ് തിങ്ങ്.)	അല്പ ജ്ഞാനം ആപത്ത്.
75. Between two stools we come to the ground. (ബിററുവിൻ റ്റു ടൂൾസ് വീ കം റ്റു ദ ഗ്രൗണ്ട്.)	രണ്ടു സ്റ്റൂളുകൾക്കു ഇടയിൽ നാം നിലത്തേക്ക് വരുന്നു. (രണ്ടു തോണിയിൽ കാൽ വെക്കരുത്.)
76. Beneath the rose lies the serpent. (ബിനീത്ത് ദ റോസ് ലൈസ് ദ സെർപെന്റ്.)	അഴകിനു പിന്നിൽ ആപത്തുണ്ടാവും.
77. Cattle do not die from crow's cursing. (കാറ്റിൽ ഡു നോട്ട് ഡൈ ഫ്രം ക്രൗസ്)	സൂര്യനെ നേരെ നായ കുരയ്ക്കുന്നത്.
78.Fortune favours the brave. (ഫോർച്ച്യൂൺ ഫേവേർസ് ദ ബ്രെയിവ്.)	ധൈര്യമുള്ളവനയെ ഭാഗ്യം പിന്തുണക്കു.
79. It is work that makes a workman. (ഇറ്റ് ഈസ് വർക്ക് ദാറ്റ് മെയിക്ക്സ് എ വർക്ക്മാൻ.)	ജോലിക്കാരനെ ഉണ്ടാക്കുന്നത് ജോലിയാണ്.
80.Penny wise pound foolish. (പെന്നി വൈസ് പൗണ്ട് ഫൂളിഷ്.)	പൈസയിൽ ജ്ഞാനം രൂപയിൽ മടയത്തം
81. Strike the iron while it is hot. (സ്ട്രൈക് ദ അയേൺ വൈൽ ഇറ്റ് ഈസ് ഹോട്ട്.)	ചൂടായിരിക്കുമ്പോൾ ഇരുമ്പിനെ അടിക്കുക.

12

പൊതുവായി വരാവുന്ന പിഴവുകൾ
COMMON ERRORS (കോമൺ എറേർസ്)

1. Wrong-The peoples are pleased with the work.
   Right-The people are pleased with the work.
2. W.- The gentry of the city was present in the show.
   R.- The gentry of the city were present in the show.
3. W.- They engaged two maids-servant.
   R.- They engaged two maid-servants.
4. W.- Give my respect to your father.
   R.- Give my respects to your father.
5. W.- He gave all the informations.
   R.- He gave all the information.
6. W.- I like poetries to read.
   R.- I like poetry to read.
7. W.- the sceneries of Simla are beautiful.
   R.- The scenery of Simla is beautiful.
8. W.- He gave her a hundred rupee note.
   R.- He gave her a hundred rupee note.
9. W.- He took great pain to win the match.
   R.- He took great pains to win the match.
10. W.- Let us help the poors.
    R.- Let us help the poor.
11. W.- He is true to his words.
    R.- He is true to his word.
12. W.- Her hair are thick.
    R.- Her hair is thick.
13. W.- The teacher said that he will come tomorrow.
    R.- The teacher said that he would come tomorrow.
14. W.- The father asked if he is ill.
    R.- The father asked if he was ill

15. W.- I wanted to know how you have done.
    R.- I wanted to know how you had done.
16. W.- He said that the earth was round.
    R.- He said that the earth is round.
17. W.- If I was the principal of the college.
    R.- If I were the principal of the College.
18. W.- Walk carefully lest you fall.
    R.- Walk carefully lest you should fall.
19. W.- I found that the book is not there.
    R.- I found that the book was not there.
20. W.- She shall sing next.
    R.- She will sing next.
21. W.- Shall you accompany me?
    R.- Will you accompany me?
22. W.- I will not favour him.
    R.- I shall not favour him.
23. W.- We will come tomorrow.
    R.- We shall come tomorrow.
24. W.- I am too glad to see you.
    R.- I am very glad to see you.
25. W.- It is very hot to work.
    R.- It is too hot to work.
26. W.- Now. he is very well.
    R.- Now, he is quite well.
27. W.- If you work hard then you can top.
    R.- If you work hard, you can top.
28. W.- No sooner the teacher came the boys stooped talking.
    R.- No sooner did the teacher came than the boys stopped talking.
29. W.- I had hardly left that he came.
    R.- I had hardly left when he came
30. W.- He works hardly.
    R.- He works hard.

31. W.- Unless you do not listen, you will not succeed.
    R.- Unless you listen, you will not succeed.
32. W.- Copy this poem word by word.
    R.- Copy this poem word for word.
33. W.- You should abstain of wine.
    R.- You should abstain from wine.
34. W.- I have invited him for dinner.
    R.- I have invited him to dinner.
35. W.- I have dispensed the services of the dishonest servant.
    R.- I have dispensed with the services of the dishonest servant.
36. W.- He is blind from an eye.
    R.- He is blind of an eye.
37. W.- He has been appointed on the post of clerk.
    R.- He has been appointed to the post of a clerk.
38. W.- Compare Nehru to Tito.
    R.- Compare Nehru with Tito.
39. W.- We reached at the station late.
    R.- We reached the station late.
40. W.- He killed the bird by a gun.
    R.- He killed the bird with a gun.
41. W.- The man is mortal.
    R.- Man is mortal.
42. W.- Wanted a M.A. in English.
    R.- Wanted an M.A. in English.
43. W.- He is a honourable person.
    R.- He is an honourable person.
44. W.- Headmaster is out of person.
    R.- The headmaster is out of station.
45. W.- Himalaya protects us.
    R.- The Himalaya protects us.
46. W.- I have read Ramayana and Bible.
    R.- I have read the Ramayana and the Bible.
47. W.- I left Delhi previous day.

R.- I left Delhi the previous day.
48. W.- Ganges is a sacred river.
R.- The Ganges is a sacred river.
49. W.- She is a best student.
R.- She is the best student.
50. W.- She is ill for three months.
R.- She has been ill for three months.
51. W.- Do you know to swim?
R.- Do you know how to swim?
52. W.- which city you like most?
R.- Which city do you like most?
53. W.- Being Sunday the school was closed.
R.- It being Sunday the school was closed.
54. W.- I have to give a test.
R.- I have to take a test.
55. W.- The teacher will take a test.
R.- The teacher will give a test.
56. W.- The captain with other players were present.
R.- The captain with other players was present.
57. W.- Every boy and girl were given prizes.
R.- Every boy and girl was given prizes.
58. W.- Either you or they is at fault.
R.- Either you or they are at fault.
59. W.- The committee was divided on the issue.
R.- the committee were divided on the issue.
60. W.- The committee were unanimous.
R.- The Committee was unanimous.
61. W.- Five Thousand rupees are a big amount.
R.- Five thousand rupees is a big amount.
62. W.- If you will absent yourself you will be fined.
R.- If you absent yourself, you will be fined.
63. W.- Neither he come nor he wrote a letter.
R.- Neither did he come nor he write a letter.

64. W.- Being a rainy day the match did not take place.

R.- It being a rainy day the match did not take place.

65. W.- The criminal was hung.

R.- The criminal was hanged.

66. W.- He has no issues.

R.- He has no issue.

67. W.- He came with the members.

R.- He came with the members of his family.

68. W.- These news are good.

R.- This news is good.

69. W.- I am thankful for you advices.

R.- I am thankful for your pieces of advice

പ്രയാസമേറിയ വാക്കുകൾ

Gentry (ജെൻട്രി) = കുലീനവർഗ്ഗം, സുജനങ്ങൾ; maid-servant (മെയിഡ് സെർവെന്റ്) = വേലക്കാരി; poetry (പൊയട്രി) = പദ്യം; scenery (സീനറി) = പ്രകൃതി ദൃശ്യം; Thick (തിക്) = കട്ടിയായ; Next (നെക്സ്റ്റ്) = അടുത്ത; accompany (അക്കംമ്പനി) = അകമ്പടി സേവിക്കുക; favour (ഫേയ്‌വർ) = പക്ഷഭേദം; Quite (ക്വൈയറ്റ്) = മുഴുവനും; Hardly (ഹാർഡ്‌ലി) = പ്രയാസം; hard (ഹാർഡ്) = കഠിനം; unless (അൺലെസ്സ്) = ഇല്ലാത്താൽ; succeed (സക്സീഡ്) = വിജയിക്കുക; abstain (അബ്സ്റ്റെയിൻ) = വർജിക്കുക; invite (ഇൻവൈറ്റ്) = ക്ഷണിക്കുക; dinner (ഡിന്നർ) = അത്താഴം; dispense with (ഡിസ്പെൻസ് വിത്ത്) = പകർന്നു കൊടുകുക; appoint (അപ്പായിന്റ്) = നിയമിക്കുക; compare (കംബേർ) = താരതമ്യം; mortal (മോർട്ടൽ) = നശ്വരം; honourable (ഓണറബിൾ) = ബഹുമാനപ്പെട്ട; protect (പ്രൊട്ടക്ട്) = കാത്ത് സൂക്ഷിക്കുക; previous (പ്രീവിയസ്) = മുമ്പെയുള്ള; sacred (സേക്രഡ്) = വിശുദ്ധമായ; swim (സ്വിം) = നീന്തുക; prize (പ്രൈസ്സ്) = സമ്മാനം; fault (ഫോൾട്ട്) = തെറ്റ്; unanimous (അൺഅനിമസ്സ്) = ഐകകണ്ഠേന; criminal (ക്രിമിനൽ) = കുറ്റകാരമായ; issue (ഇഷ്യൂ) - സന്താനം; advice (അഡൈ്വസ്) = ഉപദേശം

13

സംശയങ്ങൾക്ക് ഇടവരുന്ന വാക്കുകൾ

WORDS OFTEN CONFUSED

(വേർഡ്സ് ഓഫൻ കൺഫ്യൂസ്ഡ്)

1. accept (അക്സെപ്റ്റ്) അംഗീകരിക്കുക.
   except (എക്സെപ്റ്റ്) ഒഴിവാക്കുക. (മാറ്റിനിർത്തുക).
2. admit (അഡ്മിറ്റ്) അനുവദിക്കുക.
   confess (കൺഫെസ്) തെറ്റ് സമ്മതിക്കുക.
3. advice (അഡ്വൈസ്) ഉപദേശം
   advise (അഡ്വൈസ്) ഉപദേശിക്കുക.
4. answer (ആൻസർ) ഉത്തരം പറയുക.
   reply (റിപ്ലൈ) മറുപടിപറയുക.
5. audience (ഓഡിയൻസ്) കാണികൾ.
   spectators (സ്പെക്ടേടർസ്) കാഴ്ച്ചക്കാർ.
6. bag (ബേഗ്) സഞ്ചി.
   beg (ബെഗ്) യാജന
7. bed (ബെഡ്) കിടക്ക.
   bad (ബേഡ്) ചീത്ത.
8. childish (ചൈൽഡിഷ്) കുട്ടിത്തം.
   childlike (ചൈൽഡ് ലൈക്ക്) കുട്ടികളെപോലെ.
9. climate (ക്ലൈമററ്) കാലവസ്ഥ.
   weather (വെദർ) കാലഭേദം
10. council (കൗൺസിൽ) ആലോചന സഭ.
    counsel (കൗൺസെൽ) പര്യാലോചന
11. couple (കപ്പിൾ) ഇണ.
    pair (പേർ) ജോഡി.
12. cheque (ചെക്ക്) പണ ഇടപാടിനുള്ള പേപ്പർ.
    cost (കോസ്റ്റ്) ചെലവ്.
13. coast (കോസ്റ്റ്) വില.
    cot (കാട്ട്) കട്ടിൽ.
14. coat (കോട്ട്) കുപ്പായം.
    dispense (ഡിസ്പെൻസ്) ഓഹരിചെയ്തു കൊടുക്കുക.
15. dispense (ഡിസ്പെൻസ്) വിതരണം ചെയ്യുക.
    dispense with(ഡിസ്പെൻസ് വിത്ത്) പൊതുനിയമത്തിൽ നിന്നും ഒഴിവാക്കുക.

16. difference (ഡിഫറൻസ്) വ്യത്യാസം.
deference (ഡെഫറൻസ്) നമസ്കാരം.
17. duel(ഡ്വൽ) ദ്വന്ദയുദ്ധം
dual (ഡ്വവൽ) ദ്വയം.
18. deny (ഡിനെ) നിഷേധിക്കുക.
refuse (റെഫ്യൂസ്) നിരാകരിക്കുക.
19. discover (ഡിസ്കവർ) കണ്ടുപിടിത്തം.
explore (എക്സ്പ്ലോർ) ആരായുക.
20. eligible (എലിജിബിൾ) അർഹതയുള്ള.
illegible (ലെജിബിൾ) അവ്യക്തമായ.
21. exceed (എക്സീഡ്) കവിയുക.
exced (എക്സിഡ്) മികച്ച.
22. excess (എക്സെസ്) വളരെ.
access (അക്സെസ്) പ്രവേശനം.
23. excite (എക്സൈറ്റ്) ഉത്സാഹം.
incite (ഇൻസൈറ്റ്) ഉത്സാഹിപ്പിക്കുക.
24. expand (എക്സ്പെന്റ്) വലുതാക്കുക.
expend (എക്സ്പെന്റ്) ചെലവ്.
25. fair (ഫെയർ) ഉത്സവ ചന്ത.
fare (ഫേർ) യാത്ര
26. farther (ഫാദർ) അച്ഛൻ.
further (ഫർദർ) പിന്നെയും.
27. hanged (ഹേൻഗ്ഡ്) തൂക്കികൊല്ലുക.
hung (ഹങ്ങ്) തൂക്കുക.
28. heart (ഹാർട്ട്) ഹൃദയം.
hart (ഹർട്ട്) കാലമാൻ.
hurt (ഹട്ട്) നോവിക്കുക.
29. hair(ഹേയർ) തലമുടി.
hare (ഹേർ) മുയൽ.
30. hail (ഹെയിൽ) ആഹ്വാനം
hale (ഹേൽ) ബലംപ്രയോഗിച്ച് വലിക്കുക.
31. know(നോ) അറിയുക
no (നോ) ഇല്ല.
32. leave (ലിവ്) ഉപേക്ഷിക്കുക.
live (ലീവ്) ജീവിക്കുക.
33. Loose (ലൂസ്) അയഞ്ഞ
lose (ലോസ്) നഷ്ടം.

34. notorious (നോട്ടോറിയസ്) കുപ്രസിദ്ധമായ.
famous (ഫേമസ്) പ്രസിദ്ധമായ.
35. practical (പ്രേക്റ്റിക്കൽ) പ്രായോഗികമായ.
practicable(പ്രേക്റ്റിക്കബിൾ) സാദ്ധ്യമായ.
36. principle (പ്രിൻസിപ്പിൾ) മൂലവസ്തു.
principal (പ്രിൻസിപ്പാൾ) മേലധികാരി.
37. personal (പർസനൽ) സ്വകാര്യം.
personnel (പർസോണൽ) ഉദ്യോഗസ്ഥസഞ്ചയം.
38. physic (ഫിസിക്സ്) ഊർജ്ജതന്ത്രം
physique (ഫിസിക്യു) ശരീര പ്രകൃതി.
39. quiet (ക്വയറ്റ്) ശാന്തത.
quite (ക്വിറ്റ്) പുറം തള്ളുക.
40. rain (റെയിൻ) മഴ.
reign (റെയിൻ) ഭരണം.
rein (റെൻ) ഭരിക്കുക.
41. rout (റൗട്ട്) അലറുക.
route (റൂട്ട്) വഴി.
42. son (സൺ) മകൻ.
sun (സൺ) സൂര്യൻ
43. stationary (സ്റ്റേഷനറി) സ്ഥിരമായ.
stationery (സ്റ്റേഷനറി) സ്റ്റേഷനറി സാധനങ്ങൾ. (സമ്മാനം)
44. ampire (അംപെയർ) മധ്യസ്ഥൻ
empire (എംബെയർ) സാമ്രാജ്യം.
45. veracious. (വെരാസിയസ്) സത്യസന്ധമായ.
voracious (വൊറാഷിയസ്) കൊതിയുള്ള.

14

പകരം വെക്കാവുന്ന ഒറ്റ വാക്കുകൾ

ONE WORD SUBSTITUTION

(വൺ വേഡ് സബ്സ്റ്റിട്യൂഷൻ)

1. One who does not believe in the existence of God - atheist (എതിസ്റ്റ്) - നിരീശ്വരവാദി

2. One who does something as a hobby - amateur (അമച്ച്വർ) - കലാസക്തൻ.

3. A life story by the person himself - autobiography (ആട്ടോബയോഗ്രാഫി) - ആത്മകഥ.

4. An assembly of person who listen - audience (ഓഡിയൻസ്) - ശ്രോതാക്കൾ.

5. An act of pardoning in general - amnesty (അംനസ്റ്റി) - പൊതുമാപ്പ്.

6. An event recurring annually - annual (ആനുവൽ) - വാർഷികം.

7. One who is unable to pay his debt - bankrupt (ബാങ്ക്റപ്റ്റ്) - പാപ്പർ.

8. Having two feet - biped (ബൈപെഡ്) - ഇരുകാലി.

9. State of being unmarried - celibacy(സിലബസി) - ബ്രഹ്മചര്യം.

10. A fellow worker in the same office - colleague (കൊളിഗ്) - സഹപ്രവർത്തകൻ.

11. A stanza having two lines - couplet (കപ്ലറ്റ്) - ശ്ലോകം (ഈരഡി).

12. A man who readily believes - credulous (ക്രഡുലസ്) - പച്ചപരമാർത്ഥി.

13. Where neither water nor vegetation is found - desert (ഡെസാർട്ട് - വനാന്തരം.

14. Government of the people - democracy (ഡെമോക്രസി) - ജനാധിപത്യം.

15. A book dealing with words in alphabetical order - dictionary (ഡിക്ഷ്ണറി) - നിഘണ്ടു.

16. A game in which neither party wins - drawn (ഡ്രോൺ) - സമനില

17. A continuous lack of rain - drought (ഡ്രൗട്ട്) - വരൾച്ച.

18. A disease prevalent among community at special time - epidemic (എപിഡെമിക്ക്) - പകർച്ചവ്യാധി.

19.Things without which we cannot do - essential (എസൻഷ്യൽ) - അത്യാവശ്യമായ.

20. Set manners of conduct - etiquette (എഡിക്വയറ്റ്) - ആചാര രീതി.

21. A speech delivered without preparation - extempore (എക്സ്റ്റെംപോർ) - മുന്നൊരുക്കമില്ലാത.

22. Made to be absent for a long time from one's own country - exile (എഗ്സൈൽ) - പ്രവാസം.
23. A thing fit to be eaten - edible. (എഡിബിൽ) - തിന്നാൻ തക്ക
24. A person filled with wrong enthusiasm in religion - fanatic (ഫനാറ്റിക്ക്) - മതഭ്രാന്ത്
25. Something which results in death - fatal. (ഫറ്റൽ) - അദൃഷ്ടം.
26. One who believes in fate - fatalist. (ഫറ്റലിസ്റ്റ്) - അഭ്രഷ്ടവാദി.
27. Art and science of language - grammar. (ഗ്രാമർ) - വ്യാകരണം.
28. A long list of words with their meanings - glossary. (ഗ്ളോസറി) - ശബ്ദസംഗ്രഹം
29. A person who eats in excess - glutton.(ഗ്ളട്ടൺ)- ആഹാരപ്രീയൻ.
30. Killing of human being - homicide. (ഹോമിസൈഡ്) നരബലി
31. The point where the earth and the sky seems to meet - horizon. (ഹാറിസാൺ) - ചക്രവാളം.
32. A state of warfare - hostility.(ഹോസ്റ്റിലിററി) - ശത്രുത്വം.
33. That which cannot be believed - incredible (ഇൻക്രഡിബിൾ) - അസംഭവ്യം.
34. One who cannot read or write - illiterate. (ഇല്ലിറ്ററേറ്റ്) - നിരക്ഷരർ.
35. That which is bound to happen - inevitable (ഇൻഎവിറ്റബിൾ) - തടുക്കാനാവാത്ത.
36. That which cannot be recalled - irrevocable. (ഇറവക്കബിൾ) - (ഗതി) മാറ്റാനൊക്കാത്ത.
37. That which cannot be seen - invisible. (ഇൻവിസിബിൽ) - അദൃശ്യമായ.
38. That which catches fire easily - inflammable. (ഇൻഫ്ളേയബിൾ) - വേഗം തീപിടിക്കുന്ന
39. False sensual preposition - illusion. (ഇല്യൂഷൻ) - മനോഭ്രമം.
40. That which kills insects - insecticide. (ഇൻസെക്കറ്റിസൈഡ്) കീടനാശിനി.
41. A place where prisoners are kept - jail. (ജെയിൽ) - തടവറ.
42. A thing concerning moon - lunar. (ലൂണാർ) - ചന്ദ്രസംബന്ധമായ.
43. A person who dies for the sake of his country - martyr.(മാർട്ടർ) രക്തസാക്ഷി.
44. Having the same name - namesake.(നെയ്മ്സേക്ക്) - അതേപേരുള്ളവൻ
45. A badly behaved child - naughty. (നാട്ടി) - വികൃതി.
46. All powerful - omnipotent (ഓമ്നിപൊട്ടന്റ്) - സർവ്വശക്തൻ.
47. Present everywhere - omnipresent (ഓംനിപ്രസന്റ്) - സർവ്വജ്ഞൻ.

48. One who sees bright side of things - optimist (ഒപ്റ്റിമിസ്റ്റ്) - ശുഭാപ്തിവിശ്വാസി.
49. Having lot of fat in one's body - obesity. (ഒബിസിറ്റി) - പൊണ്ണത്തടി
50. Not transmitting light - opaque. (അപ്പാക്ക്) - കാരണഭേദ്യം.
51. A person without father and mother - orphan. (ഓർഫർ) - അനാദൻ.
52. A thing of the east - oriental(ഓറിയന്റൽ)-പൂർവ ദിക്ക് സംബന്ധിച്ച.
53. One who loves one's country too much - patriot. (പാട്രിയാട്ട്) - ദേശസ്നേഹി.
54.Medical examination of dead human body - postmortem.(പോസ്റ്റ്മോർട്ടം) - മരണാനന്തരമുള്ള.
55. After the death - posthumous(പോസ്റ്റ്യുമസ്) - മരണാനന്തരമുള്ള.
56. A place where ships seek shelter - port. (പോർട്ട്) - തുറമുഖം.
57. One who pretends skill in medicine and surgery - quack. (ക്വാക്ക്)- മുറിവൈദ്യൻ.
58. To use a woman by force - rape. (റേപ്പ്.) - ബലാൽസംഗം.
59. Too much of official formality - red tapism.(റെഡ്റ്റേപിസം) - ചുവപ്പ് നാട
60. The art of making idols - sculpture. (സ്കൾച്ചർ) - ശില്പിവിദ്യൻ.
61. Which does not favour any one religion - secular. (സെക്കുലർ) - മതേതരം
62. A piece of music by one person - solo(സോളോ) - ഏകസംഗീതം.
63. A place where horses are kept - stable. (സ്റ്റേബിൾ) - കുതിരാലയം.
64. To make free from living germs - sterilize. (സ്റ്റെറിലൈസ്) - രോഗാണുവിമുക്തം.
65. A person who abstains from all kinds of intoxication - teetotaller.(റ്റിറ്റോറ്റലർ) - ലഹരിവിമുക്തൻ.
66. One who believes in God - theist. (തീസ്റ്റ്) - ദൈവവിശ്വാസി.
67. A writing which ends in death or sorrow - tragedy. (ട്രാജെഡി) - ദുരന്തം.
68. Having three legs - tripod. (ട്രൈപോഡ്) - മുക്കാലി.
69. Having information till today - up-to-date. (അപ്പ്-റ്റു-ഡേറ്റ്) - നാളിതുവരെ
70. One who uses a diet of vegetables as food - vegetarian. (വെജിറ്റേറിയൻ) - സസ്യഭുക്ക്.
71. A person who undertakes service of one's own free will - volunteer. (വാളണ്ടിയർ) - സന്നദ്ധസേവകൻ.
72. A place where animals and birds are kept - zoo.(സൂ) - മൃഗശാല.

15

ഉപചാരവാക്കുകൾ

ETIQUETTE (എറ്റികിറ്റ്)

നി എങ്ങനെ ഇരിക്കുന്നു.?	How do you do? (ഹൌ ഡൂ യു ഡു.?)
നിങ്ങളുടെ പേരെന്ത്?	Hello, your good name? (ഹലോ യുവർ ഗുഡ് നേം?)
നിങ്ങൾ മിസ്റ്റർ ഷർമയാണോ?	Are you Mr.Sharma? (ആർ യു മിസ്റ്റർ. ഷർമ്മ?)
എനിക്ക് സുഖം തന്നെ നിങ്ങൾ എങ്ങനെയിരിക്കുന്നു.?	I'm well, how are you? (യാം വെൽ, ഹൗ ആർ യൂ?)
അതെ, എനിക്കും വളരെ സുഖം തന്നെ	Yes, I am quite well. (എസ് ഐ അം ക്വയററ് വെൽ)
നി ചന്തയിലേക്കാണോ പോകുന്നത്.?	Are you going to the bazaar? (ആർ യൂഗോയിങ്ങ് റ്റു ദി ബസാർ)
അതെ, നിങ്ങളും വരുന്നോ?	Yes, are you also coming. (എസ്, ആറ് യൂ ആൽസോ കമ്മിങ്ങ്)
ദയവായി അകത്തേക്ക് വരു.	Please come in. (പ്ലീസ് കം ഇൻ.)
ദയവായി ഒരൽപ്പം ചായ കുടിക്കു.	Please have some tea. (പ്ലീസ് ഹാവ് സം റ്റി.)
നിന്റെ ഇഷ്ടം പോലെ.	As you please (അസ് യു പ്ലീസ്.)
നിങ്ങൾ എനിക്കൊരു സഹായം ചെയ്യാമോ.	Will you please do me a favour? (വിൽ യൂ പ്ലീസ് ടു മീ എ ഫേവർ?)
നല്ലത്, എന്താ അത്?	Well, what's that? (വെൽ, വാട്ട്സ് ദറ്റ് ഇറ്റ്)
നല്ലത്, അത് സ്വീകരിക്കു.	Well, accept it. (വെൽ, എക്സപ്റ്റ് ഇറ്റ്)
സാർ ദയവായി, എനിക്ക് കുറച്ചു പണം തരിക.	Please sir, give me some money. (പ്ലീസ് സാർ, ഗീവ് മീ സം മണി.)
ഞാൻ അകത്തേക്ക് വരട്ടെ?	May I come in?(മേ ഐ കം ഇൻ?)
നിങ്ങൾക്ക് ആരെ കാണണം.	Whom do you want to see? (ഹും

മുപ്പത് ദിവസങ്ങളിൽ ഇംഗ്ലീഷ് പഠിക്കാൻ : 55

ടു യു വിൻസ് റ്റു സി?)

നല്ലത് സഹോദരാ, ഇവിടെ വരിക.

Well brother, come here. (വെൽ ബ്രദർ കം ഹിയർ)

കഴിയുമെങ്കിൽ ഒരു സഹായം ചെയ്യുക.

If possible do me a favour. (ഇംപോസിബിൾ ടു മീ എ ഫേവർ)

ദയവായി എനിക്ക് കുറച്ചു പണം തരു.

Please, give me some money. (പ്ലീസ് ഗിവ് മീ സം മണി.)

ദയവായി ക്ഷമിക്കുക,. എന്റെ പക്കൽ ഇപ്പോൾ ഇല്ല.

Please excuse me, I don't have right now. (പ്ലീസ് എസ്ക്യൂസ് മീ, ഐ ഡോൺഡ് ഹാഡ് റൈറ്റ് നൗ)

ഞാൻ നിങ്ങളെ ബുദ്ധിമുട്ടിച്ചതിൽ വ്യസനിക്കുന്നു.

I'm sorry to have troubled you. (ഐ അം സോറി റ്റു ഹാവ് ട്രബിൾഡ് യു)

നമസ്ക്കാരം, എന്താണ് നിന്റെ പ്രയാസം?

Good morning, what's the trouble with you? (ഗുഡ് മോർണിങ്ങ്, വാട്ട് ഇസ് ദ ട്രബിൾ വിത്ത് യൂ?)

നിനക്ക്വേണ്ടി ഞാനെന്താണ് ചെയ്യേണ്ടത്.

What service can I do for you? (വാട്ട് സെർവിസ് കേൻ ഐ ഡു ഫാർ യൂ?)

ഊണിന് ക്ഷണിച്ചതിന് നന്ദി.

Thanks for your invitation to lunch. (താങ്ക്സ് ഫാർ യുവർ ഇൻവിറ്റേഷൻ റ്റു ലെഞ്ച്)

നിങ്ങൾ സ്വയം പരിചയപ്പെടുത്തിയാലും.

Your introduction please? (യുവർഇൻഡ്രുടെക്ഷൻ പ്ലീസ്?)

നിങ്ങളെ പരിചയപ്പെട്ടതിൽ സന്തോഷിക്കുന്നു.

I am very glad to have your introduction.(ഐ ആം ഗ്ലാഡ് ടു ഹാവ് യുവർ ഇൻഡ്രൊഡോഡടെക്ഷൻ)

പിതാവിന് എന്റെ അഭിനന്ദനങ്ങൾ അറിയിക്കുക.

Please give my compliments to father. (പ്ളീസ് ഗിവ് മൈ കോംപ്ളിമെന്റസ് ടു ഫാദർ)

സന്തോഷകരമായ ഒരു പുതുവർഷം

A very happy new year! (എ വെരി ഹാപ്പി ന്യൂ ഹിയർ !)

താങ്കളുടെ ജന്മദിനത്തിൽ ഹൃദയംഗമായ അഭിനന്ദനങ്ങൾ

Hearty congratulations on your birthday. (ഹാർട്ടി കൺഗ്രാജുലേ

	ഷൺസ് ഓൺ യുവർ ബർത്തഡേ)
നിങ്ങൾക്ക് ഭാഗ്യാശംസകൾ നേരുന്നു.	Wish you the best of luck. (വിഷ് യൂ ദ ബെസ്റ്റ് ഓഫ് ലക്ക്)
നിന്റെ കൈ ഘടികാരത്തിൽ സമയമെന്താണ്.	what's the time by your watch? (വാട്ട് ഇസ് ദി ടൈം ഇൻ യുവർ വാച്ച്?)
നല്ലത്, ഇപ്പോൾ എന്നെ പോകാൻ അനുവദിക്കൂ.	Well, now allow me to go. (വെൽ, നൗ അലൗ മീ റ്റു ഗോ.)
നിങ്ങളുടെ സന്ദർശനത്തിന് നന്ദി	Thanks for your visit. (താങ്ക്സ് ഫാർ യുവർ വിസിറ്റ്.)
ചിലപ്പോൾ നീ തെറ്റിധരിക്കപ്പെട്ടിരിക്കാം.	Perhaps you are mistaken. (പെർഹാപ്സ് യു ആർ മിസ്റ്റേക്കൺ.)
വിട വീണ്ടും നിന്നെ കാണാം	Good bye, see you again. (ഗുഡ് ബൈ, സി യൂ എഗേൻ)
നിങ്ങൾക്ക് എപ്പോഴും സ്വാഗതം.	You are always welcome.(യു ആർ ആൾവേസ് വെൽക്കം.)
ദയവായി ഉപചാരങ്ങൾ അരുത്.	Please don't stand on formalities. (പ്ലീസ് ഡോൺഡ് സ്റ്റാന്റ് ഓൺ ഫോർ - മാലിറ്റിസ്)
ദയവായി സുഖപ്രദമായി ഇരിക്കൂ.	Please be seated comfortably. (പ്ലീസ് ബി സിറ്റ്സ് കംഫർട്ടബിൾ)
നിങ്ങളെ വീണ്ടും കണ്ടതിൽ സന്തോഷം.	I'm glad to see you again. (ഐ അം ഗ്ലീസ് റ്റു സീ യൂ എഗേൻ)

16

ശരീരവും ആരോഗ്യവും

BODY AND HEALTH (ബോഡി ആന്റ് ഹെൽത്ത്)

ആത്മാവിന്റെ വീടാണ് ശരീരം.	The body is the house of soul. (ദി ബോഡി ഈസ് ദ ഹൗസ് ഓഫ് സോൾ)
ശരീരത്തെ നന്നായി പരിപാലിക്കുക.	Look after the body well.(ലുക്ക് ആഫ്റ്റർ ദ ബാഡി വെൽ)
മനുഷ്യ ശരീരം വളരെ അത്ഭുതം നിറഞ്ഞ	Human body is a wonderful thing. (ഹ്യൂമൺ ബോഡി ഇസ് എ വണ്ടർ ഫുൾ തിങ്ങ്)
ഒരു ബലഹീന ശരീരം ശാപമാണ്.	A weak body is a curse.(എ വീക്ക് ബാഡി ഇസ് എ കർസ്)
ആരോഗ്യമുള്ള മനസ്സ് ആരോഗ്യമുള്ള ശരീരത്തിൽ ജീവിക്കുന്നു.	Healthy mind lives in a healthy body. (ഹെൽത്തി മൈന്റ് ലിവ്സ് ഇൻ എ ഹെൽത്തി ബാഡി.)
നല്ല ആരോഗ്യമാണ് സൗന്ദര്യത്തിന്റെ അടിസ്ഥാനം.	Good health is the basis of beauty. (ഗുഡ് ഹെൽത്ത് ഇസ് ദി ബേഡിസ് ഓഫ് ബ്യൂട്ടി.)
നമ്മുടെ ശരീരത്തിന് ആഹാരം ആവശ്യമാണ്.	Our body needs food. (ഔവർ ബോഡി നീഡ്സ് ഫുഡ്.)
ആഹാരം നമുക്ക് ഊർജം നൽകുന്നു.	Food provides us energy. (ഫുഡ് പ്രൊവൈഡ്സ് അസ് എനർജി.)
എപ്പോഴും സമീകൃത ആഹാരം കഴിക്കുക.	Always take balanced diet. (ആൾവേസ് റ്റേക്ക് ബാലൻസ് ഡൈറ്റ്.)
ആരോഗ്യം ഒരു പോംവഴിയാണ് അന്ത്യമല്ല.	Health is a means not an end. (ഹെൽത്ത് ഇസ് എ മീൻസ്, നോട്ട് ഏൻ എന്റ്.)
അവൾ ആരോഗ്യം സംരക്ഷിക്കുന്നില്ല.	He is not keeping good health.(ഹി ഇസ് നോട്ട് കീപ്പിങ്ങ് ഗുഡ് ഹെൽത്ത്.)
എനിക്ക് കഠിനമായ ജലദോഷംപിടിച്ചിരിക്കുന്നു.	I have bad cold. (ഐ ഹാവ് ബേഡ് കോൾഡ്.)

ദിവസവും വ്യായാമം ചെയ്യുക. — Take exercise daily. (റ്റേക്ക് എക്സസൈസ് ഡെയ്ലി.)

അവളുടെ മുഴുവൻ ശരീരവും വേദനിക്കുന്നു. — Her whole body is aching. (ഹെർ ഹോൾ ബോഡി ഈസ് എക്കിങ്ങ്.)

നിനക്ക് ആവശ്യമാണ് പൂർണ്ണ വിശ്രമം. — You require complete rest. (യു റിക്വയർ കംപ്ലീറ്റ് റെസ്റ്റ്.)

ഇന്ന് എനിക്ക് സുഖം തോന്നുന്നില്ല. — I'm not feeling well today. (ഐ ആം നോട്ട് ഫീലിങ്ങ് വെൽ റ്റുഡേ)

അനിത മരുന്ന് കഴിച്ചോ. — Did Anita take medicine? (ഡിഡ് അനിത ടേക്ക് മെഡിസിൻ.?)

നീ സ്വയം വൈദ്യപരിശോധനക്ക് വിധേയനാക്കുക. — You get yourself medically examined.(യു ഗെറ്റ് യുവർ സെൽഫ് മെഡിക്കലി എക്സാമിന്റ്.)

എന്താണവന്റെ വിഷമം? — What is he suffering from?(വാട്ട് ഇസ് ഹി സഫറിങ്ങ് ഫ്രം)

ആരോഗ്യമാണ് സമ്പത്ത്. — Health is wealth.(ഹെൽത്ത് ഇസ് വെൽത്ത്.)

ഡോക്ടറെ അകത്തേക്ക് വിളിക്കൂ. — Call in the doctor. (കാൾ ഇൻ ദി ഡാക്ടർ.)

ഏതെങ്കിലും ഒരു നല്ല ഡോക്ടറെ കണ്ട് ഉപദേശം ആരായുക. — Consult some good doctor. (കൺസൾറ്റ് സം ഗുഡ് ഡാക്ടർ.)

അവനൊരു മുറിവൈദ്യനാണ് — He is a quack. (ഹി ഇസ് എ ക്വാക്ക്.)

സീതയ്ക്ക് ബോധക്കേട് തോന്നി. — Sita felt giddy. (സീതാ ഫെൽറ്റ് ഗിഡി.)

നിന്റെ രോഗം എന്താണെന്ന് കണ്ടെത്തിയോ. — Has your disease been diagnosed? (ഹാസ് യുവർ ഡിസിസ് ബീൻ ഡയനോസ്ഡ്

ചിലസമയത്ത് വയറിളക്കത്തിനുള്ള മരുന്നെടുക്കുക. — Take purgative sometimes.(ടേക്ക് ഫർഗേറ്റിവ് സംറൈംസ്.)

അതാണ് പനിക്ക് ഏറ്റവും നല്ല പ്രതിവിധി. — It's the best remedy for fever. (ഇറ്റിസ് ദി സെസ്റ്റ് റെമഡി ഫാർ ഫീവർ.)

അവന് കഠിനമായ തലവേദനയുണ്ട്. — He has severe headache. (ഹി ഹാസ് സിവിയർ ഹെഡ് ഏക്ക്.)

അധികം ആഹാരം കഴിക്കുന്നത് ഒഴിവാക്കുക. — Avoid over eating. (അവായിഡ് ഓവറിറ്റിങ്ങ്.)

അധിക ജോലി ആരോഗ്യത്തെ ബാധിക്കുന്നു.	Over work tells upon the health. (ഓവർ വർക്ക്സ് റ്റെൽസ് അപോൺ ദി ഹെൽത്ത്.)
അവന് എന്താണ് അസുഖം.	What ails him.(വാട്ട് എയിൽസ് ഹിം.)
അവൻ ഒരു മാരകരോഗം മൂലം കഷ്ടപ്പെടുന്നു.	He has been suffering from a fatal disease. (ഹി ഹാസ് ബീൻ സഫറിങ്ങ് ഫ്രം എ ഫറ്റൽ ഡിസീസ്.)
അവൻ ക്ഷയരോഗത്താൽ മരിച്ചു.	He died of T.B.(ഹി ഡൈഡ് ഓഫ് റ്റി.ബി.)
വസൂരി ഒരു പകർച്ചവ്യാധിയാണ്.	Smallpox is a contagious disease. (സ്മാൾവാക്സ് ഇസ് എ കൺടേജിയസ് ഡിസീസ്.)
അവൻ മലബന്ധം മൂലം കഷ്ടപ്പെടുന്നു.	He has been suffering from constipation. (ഹി ഹാസ് ബ്‌ സഫറിങ്ങ് ഫ്രം കാൺസ്റ്റിപേഷൻ)
ഈ മരുന്ന് രണ്ട് മണിക്കൂർ ഇടവിട്ട് കഴിക്കുക.	Take the medicine every two hours. (റ്റേക്ക് ദി മെഡിസിൻ എവരി റ്റു അവർസ്.)
ഞാൻ ക്ഷീണിച്ചുപോയി.	I'm exhausted. (ഐ അം എക്സാസ്റ്റഡ്)
എന്റെ ആരോഗ്യനിലയെ കുറിച്ചറിയാൻ അവൻ വന്നു.	He come to enquire after my health. (ഹി കേം റ്റു എൻക്വയർ എബൗട്ട് മൈ ഹെൽത്ത്.)

17

ആശംസകളും കൃതജ്ഞതകളും

GREETINGS AND GRATITUDE

ഗ്രീറ്റിങ്ങ്സ് ആന്റ് ഗ്രാറ്റിറ്റ്യൂഡ്

സന്തോഷകരമായ ഒരു പുതു വർഷത്തിനായി എല്ലാഭാവുക ങ്ങളും നേരുന്നു.	All good wishes for a happy new year. (ആൾ ഗുഡ് വിഷസ് ഫാർ എ ഹാപ്പി ന്യൂയിയർ.)
പുതു വത്സരാശംസകൾ.	New year greetings. (ന്യു ഇയർ ഗ്രീറ്റിങ്ങ്സ്)
ദൈവം നിങ്ങളെ ആളും അർഥവും നല്കി അനുഗ്രഹിക്ക ട്ടെ.	May God bless you with man and money. (മേ ഗാഡ് ബ്ലേഡ് യൂ വിത്ത് മാൻ ഏന്റ് മണി.)
നിങ്ങൾക്ക് സന്തോഷകരമായ ദീപാവലി ആശംസനേരുന്നു.	Happy Diwali to you! (ഹാപ്പി ദീപാവലി റ്റു യു.)
ഈ സന്തോഷ മുഹൂർത്തതിൽ നിങ്ങൾക്ക് എല്ലാവർക്കും സ്വാഗ തം.	You all are welcome on this happy occasion. (യൂ ആൾ ആർ വെൽക്കം അൺ ദിസ് ഹാപ്പി ഒക്കേഷൻ.)
എന്റെ ബക്രീത് വന്ദനങ്ങൾ സ്വീകരിച്ചാലും.	Accept my Id greetings. (എക്സപ്റ്റ് മൈ ഈദ് ഗ്രിറ്റിങ്ങ്സ്)
ക്ഷണത്തിന് നന്ദി.	Thanks for invitation. (താങ്ങ്സ് ഫാർ ഇൻവിറ്റേഷൻ)
ആശംസകൾ.	With best wishes.(വിത്ത് ബെസ്റ്റ് വിഷസ്.)
എന്റെ വീട്ടിലേക്ക് വരിക.	Please come to my house. (പ്ലീസ് കം റ്റു മൈ ഹൗസ്.)
താങ്കളുടെ പദവിയെന്താണെന്ന് പറയാമോ?	May I know your designation? (മേ ഐ നോ യുവർ ഡെസിഗ്നേ ഷൻ.)
അധ്യക്ഷന്റെ ഇരിപ്പിടത്തിൽ ഇരു ന്നാലും.	Please take the chair of the president. (പ്ലീസ് ടേക്ക് ദ ചെയർ ഓഫ് ദി പ്രസിഡന്റ്.)
ഞാൻ നിങ്ങളുടെ നിർബന്ധം	I acknowledge your obligation.

സമ്മദിക്കുന്നു.	(ഐ അക്നോളഡ്ജ് യുവർ ഒബ്ലിഗേഷൻ.)
ഞാൻ നിങ്ങളോട് കൃതജ്ഞതയുള്ളവനാണ്.	I'm grateful to you. (ഐ ആം ഗ്രേറ്റ്ഫുൽ ടൂ യൂ)
സ്ഥാനകയറ്റത്തിൽ അനുമോദനങ്ങൾ	Felicitations on promotion. (ഫെലിസിറ്റേഷൻസ് ഓൺ പ്രമോഷൻ)
അവന് എന്റെ ആശംസകൾ അറിയിക്കുക.	Give my good wishes to him. (ഗിവ് മൈ ഗുഡ് വിഷസ് റ്റു ഹിം.)
മീരാ, എന്നെ നന്നായി ഓർക്കുക.	Remember me nicely to Meera. (റിമബർ മീ നൈസ്‌ലി റ്റു മീരാ.)
നിന്റെ ജന്മദിനത്തിൽ എന്റെഹൃദയംഗമായ അഭിനന്ദനങ്ങൾ.	Hearty congratulations on your birth day. (ഹാപ്പി കൺഗ്രാജുലേഷൻസ് ഓൺ യുവർ ബർത്തിഡേ.)
ആശംസകൾ	Many happy returns of the day. (മെനി ഹാപ്പി റിട്ടേൺസ് ഓഫ് ദ ഡേയ്.)
ഇത്ര നല്ല ഒരു സമ്മാനത്തിന് നന്ദി.	Thanks for such a beautiful present. (താങ്ക്സ് ഫാർ സച്ച് എ ബ്യൂട്ടിഫുൾ പ്രെസന്റ്.)
മര്യാദയ്ക്ക് വിലനല്കേണ്ടതില്ല	Courtesy costs nothing. (കർട്ട്സി കോസറ്റ്സ് നത്തിങ്ങ്.)
അവൻ മര്യാദക്കാരനാണ്	He is a very courteous. (ഹി ഈസ് വെരി കർട്ടിയസ്)
സഹായത്തിനായി ഞാൻ നിന്നോട് അപേക്ഷിക്കുന്നു.	I entreat you for help. (ഐ എൻട്രീറ്റ് ഫോർ ഹെൽപ്പ്.)
ദൈവാനുഗ്രഹം	God forbid it.(ഗാഡ് ഫാർബിട് ഇറ്റ്)
ഞാൻ നിങ്ങൾക്കു വളരെയധികം കടപ്പെട്ടിരിക്കുന്നു.	I'm very much indebted to you. (ഐ ആം വെരി മച്ച് ഇൻടെബ്ടറ്റ് ടു യൂ)
ദൈവത്തിനു വളരെ വളരെ നന്ദി.	Many many thanks to God. (മെനി മെനി താങ്ക്സ് ടു ഗോഡ്)

18

വീടും കുടുംബവും

HOME AND FAMILY

(ഹോം ആന്റ് ഫേമിലി)

ഇത് നമ്മുടെ വീടാകുന്നു.	This is our home.(ദിസ് ഇസ് അവർ ഹോം)
ഒരു മനോവികാരത്തിൽ പേരാണ് വീട്	Home is the name of a feeling. (ഹോം ഈസ് ദ നെയിം ഓഫ് ഏ ഫീലിങ്ങ്)
കല്ലും ഇഷ്ടികയും മാത്രം കൊണ്ട് ഉണ്ടാക്കപ്പെട്ടതല്ല വീട്	The building made of bricks and stones is not a home. (ദി ബിൽഡിങ്ങ് മേട് ഓഫ് ബ്രിക്സ് അന്റ് സ്റ്റേൻസ് ഇസ് നാട്ട് എ ഹോം)
സത്രത്തിനും, വീട്ടിനും തമ്മിൽ ഒരു വ്യത്യാസമുണ്ട്.	There is a difference between a house and a home. (ദേർ ഇസ് എ ഡിഫറൻസ് ബിറ്റ്വീൻ എ ഹൗസ് അന്റ് എ ഹോം)
അധികപേരും താമസിക്കുന്നത് സത്രത്തിലാണ്, വീട്ടിലല്ല.	Many people live in houses not in homes. (മെനി പീപ്പൽ ലിവ് ഇൻ ഹൗസസ് നാട്ട് ഇൻ ഹോംസ്)
സമാധാനത്തിന്റെയും, സന്തോഷത്തിന്റെയും ഉറവിടമാണ് വീട്.	Home is a source of peace and happiness. (ഹോം ഈസ് എ സോഴ്സ് ഓഫ് പീസ് ആന്റ് ഹാപ്പിനസ്)
എവിടെ ചെന്നാലും അവസാനം വീട്ടിലേക്കാണ് മടങ്ങി എത്തേണ്ടത്.	East or west home is the best. (ഈസ്റ്റ് ഓർ വെസ്റ്റ് ഹോം ഇസ് ദ ബെസ്റ്റ്)
വീട് എല്ലാവരെയും പരസ്പരം ബന്ധിപ്പിക്കുന്നു.	Home connects all with one another. (ഹോം കണക്റ്റ്സ് ആൾ വിത്ത് ഒവൺ അനദർ)
ഈ ഐക്യബോധ്യമാണ് കുടുംബത്തിന്റെ അടിത്തറ.	This sense of oneness is the basis of family. (ദിസ് സെൻസ് ഓഫ് ഒൺനസ് ഈസ് ദി ഭേസിസ്

ഓഫ് ഫേമിളി)

വീടാണ് കുട്ടികളുടെ ആദ്യത്തെ പാഠശാല

Home is the first school for children. (ഹോം ഈസ് ദ ഫസ്റ്റ് സ്ക്കൂൾ ഫോർ ചിൽഡ്രൻ)

പ്രേമത്തിന്റെയും, സ്നേഹത്തിന്റയും പ്രതീകമാണ് വീട്.

Home is a thing of love and affection. (ഹോം ഈസ് എ തിങ്ങ് ഓഫ് ലൗവ് ആന്റ് അഫെക്ഷൻ)

ഇപ്പോൾ കുടുംബങ്ങൾ ചെറുതായി വരികയാണ്.

Now, the families are becoming smaller. (നൗ, ദി ഫാമിലീസ് ആർ ബികമ്മിങ്ങ് സോമാളർ)

അവൻ വാടക വീട്ടിലാണ് താമസിക്കുന്നത്.

He lives in a rented house. (ഹീ ലിവ്സ് ഇൻ എ റെൻഡഡ് ഹൗസ്)

ആ വീട് വാടകയ്ക്ക് കൊടുക്കുവാൻ ഉള്ളതാണ്.

That house is to let. (ദറ്റ് ഹൗസ് ഇസ് ടു ലെറ്റ്)

ഞങ്ങൾ ഒരു ചെറിയ വീടാണ് വാടകയ്ക്കു എടുത്തിട്ടുള്ളത്.

We have rented a small house. (വീ ഹാവ് റെൻഡഡ് എ സ്മോൾ ഹൗസ്)

അവർ സർകാർവക വാടകവീട്ടിലാണ് താമസിക്കുന്നത്.

They live in a government quarters. (ദേ ലിവ് ഇൻ എ ഗവൺമെന്റ് ക്വാർട്ടേർസ്)

നിങ്ങളുടെ കുടുംബത്തിൽ എത്ര പേരാണ് ഉള്ളത് ?

How many members are there in your family? (ഹൗ മെനി മെംബർസ് ആർ ദേർ ഇൻ യുവർ ഫാമിലി)

നിങ്ങൾക്കു എത്ര സഹോദരീസഹോദരന്മാർ ആണ് ഉള്ളത് ?

How many brothers and sisters are you? (ഹൗ മെനി ബ്രദേഴ്സ് അന്റ് സിസ്റ്റർസ് ആർ യൂ)

നിങ്ങളുടെ അച്ഛന്റെ ജോലി എന്താണ് ?

What's is your father do? (വാറ്റ്സ് ഇസ് യുവർ ഫാദർ ഡൂ)

നിന്റെ മൂത്ത സഹോദരനെ എനിക്കറിയും.

What's is your elder brother. (വാട്ട്സ് ഇസ് യുവർ എൽഡർ ബ്രദർ)

നിന്റെ അമ്മയ്ക്കുമില്ലേ?

Has your mother been not keeping well? (ഹേസ് യുവർ മദർ ബീൻ നാട്ട് കീപ്പിങ്ങ് വെൽ)

അയാൾക്കു എത്ര കുട്ടികളുണ്ട്.

How many children has he? (ഹൗ മെനി ചിൽട്രൻ ഹേസ് ഹീ)

ചെറുപ്പം മുതലേ അവൾ ഒരു വിധവയാണ്.	She is a widow from childhood. (ഷീ ഈസ് എ വിഡോ ഫ്രം ചൈൽവുഡ്)
അവൻ എപ്പോഴാണ് വിഭാര്യനായി തീർന്നത്?	Since when has he been a widower? (സിൻസ് വെൻ ഹാസ് ഹീ ബീൻ എ വിഡോവർ)
വീടലങ്കരിക്കുന്നതും ഒരു കലയാണ്.	Home decoration is also an art. (ഹോം ഡക്കറേഷൻ ഇസ് ആൽസോ എൻ ആർട്ട്)
സരിത ഒരു വിദഗ്ദയായ വീട്ടമ്മയാണ്	Sarita is an expert house-wife. (സരിത ഇസ് എൻ എക്സ്പേർട്ട് ഹൗസ്-വൈഫ്)
ചൂലുകൊണ്ട് മുറ്റം വൃത്തിയാക്കൂ.	Sweep the courtyard with the broom. (സ്വീപ്പ് ദ കോർട്ട്യാർഡ് വിത്ത് ദ ബ്രൂം)
തുണി വെയിലിൽ ഉണക്കാനിടൂ.	Spread the clothes in the sun. (വാറ്റ്സ് ഇസ് യുവർ ഫാദർ ഡൂ)
എനിക്കു കിടക്ക വിരിക്കു.	Make the bed for me. (മേക്ക് ദ ബെട് ഫാർ മീ)
ഞാൻ തനിയേ താമസിച്ചു മടുത്തു.	I'm fed up with lonely life. (ഐ ആം ഫെഡ് അപ്പ് വിത്ത് ലോൺലി ലൈഫ്)
നിന്റേ അമ്മാവൻ അകത്തുണ്ടോ ?	Is your uncle in? (ഇസ് യുവർ അങ്കിൾ ഇൻ ?)
അവനെ കണ്ടാൽ പ്രായം തോന്നിക്കും.	He looks very aged. (ഹീ ലുക്കസ് വെരി ഏജ്ഡ്)
ഗൗരി നിന്റെ ആരാണ്?	What's Gauri to you? (വാറ്റ്സ് ഗൗരി ടു യൂ)
എന്നെ കാണാൻ ആരെങ്കിലും വന്നിരുന്നോ ?	Did any one come to see me? (ഡിഡ് എനി ഒൺ കം ടു സീ മീ ?)
വാതിലിൽ മുട്ടുന്നത് ആരാണ് എന്ന് നോക്കു.	See, who is knocking at the door?(സീ, ഹൂ ഈസ് നോക്കിംഗ് അറ്റ് ദ ഡോർ)
അമ്മേ നിങ്ങൾ ഇനിയും ഉറങ്ങിട്ടില്ലേ, ?	Mother, you are still a wake? (മദർ, യൂ ആർ സ്റ്റിൽ എ വീക്ക്?)
രണ്ട് സഹോദരികളും ചേർന്ന് പരദൂഷണം പറഞ്ഞു കൊണ്ടിരിക്കുന്നു.	Both the sister were gossiping. (ഭോത്ത് ദ സിസ്റ്റർ വേർ ഗോസി

	പ്പിങ്ങ്)
നീ കുറച്ച് സമയം വിശ്രമിച്ചോളൂ.	You take rest for a while. (യൂ ടേക്ക് റെസ്റ്റ് ഫോർ എ വൈൽ)
ദയവായി അവനു ഫോൺ ചെയ്യുക.	Please ring him up. (പ്ലീസ് റിങ്ങ് ഹിം അപ്പ്)
ജോലിക്കാരി അവധിയിലാണ്.	The maid-servant is on leave. (ദി മെയ്ഡ്-സെർവന്റ് ഇസ് ഓൺ ലീവ്)
നീ പാത്രം കഴുകൂ.	You cleans the utensils. (യൂ ക്ലീൻസ് ദ അൺടെസൽസ്.)
മയക്കുമരുന്നിന് അടിമയാകാതിരിക്കു.	Abstain from narcotics. (അബ്സ്റ്റെയിൻ ഫ്രം നർക്കോട്ടിക്ക്സ്)
അവൾ അമ്മയുടെ വീട്ടിൽ പോയിരിക്കുകയാണ്.	She has gone to her mother's house. (ഷീ ഹാസ് ഗോൺ ടു ഹേർ മദർസ് ഹൗസ്)

19

നമ്മളും കാലാവസ്ഥയും

WE AND WEATHER

(വീ ആന്റ് വെദർ)

ഇന്ന് ചൂട് കൂടുതലാണ്.	It's very sultry today. (ഇറ്റ്സ് വെരി സൽഡ്രി ടുഡേ)
ഈ തണുപ്പ് കാറ്റ് ഇനിയും രണ്ട് ദിവസമുണ്ടാകും.	The cold wave will last two more days. (ദ കോൽഡ് വേവ് വിൽ ലാസ്റ്റ് ടൂ മോർ ഡേസ്)
മഴ പെയ്യാൻ സാദ്യത ഉണ്ട്.	It is likely to rain. (ഇറ്റ് ഇസ് ലൈക്ലി ടു റെയിൻ)
കാലവർഷത്തിനെ കാത്തിരിക്കുന്ന രാജ്യമാണ് ഇന്ത്യ.	India is a country of monsoon. (ഇന്ത്യ ഇസ് എ കൻട്രി ഓഫ് മാൺസൂൻ)
പടിഞ്ഞാർ ഭാഗത്തേക്കാണ് കാറ്റ് വീശുന്നത്.	The west wind is blowing. (ദി വെസ്റ്റ് വിണ്ഡ് ഇസ് ബ്ലോയിങ്ങ്)
ആലിപ്പഴം പൊഴിക്കുന്ന കൊടുങ്കാറ്റ് വീശാൻ സാദ്യതയുണ്ട്.	There is a possibility of a hail-storm. (ദേർ ഇസ് പാസിബ്ലിറ്റി ഓഫ് എ ഹെയ്ൽസ്റ്റാർം)
വസന്ത കാലത്തിലാണ് മാവ് പൂക്കുന്നത്.	The mango bloom in spring. (ദി മാങ്ഗോ ബ്ലൂം ഇൻ സ്പ്രിങ്ങ്)
കുയിൽ കൂവുന്നത് നോക്കൂ	See, the Cuckoo is singing. (സി ദ കുക്കൂ ഇസ് സിങ്ഗിങ്ങ്)
ആകാശം മേഘാവൃതമാണ്.	The sky will remain over cast. (ദി സ്കൈ വിൽ രിമെയിൻ ഒവർകാസ്റ്റ്)
ചൂടു കാറ്റ് വീശുന്നു, തല മൂടു.	Hot wave is blowing, cover your head. (ഹാറ്റ് വേവ് ഇസ് ബ്ലോയിങ്ങ്, കവർ യുവർ ഹെഡ്)
കാലാവസ്ഥ നമ്മളെ ബാധിക്കുന്നു.	Seasons affect us. (സീസൻസ് അഫെക്റ്റ് അസ്)
ഹോളി വസന്തകാല ഉത്സവമാണ്.	Holi is the festival of spring. (ഹോളി ഇസ് ദ ഫെസ്റ്റിവൽ ഓഫ്

	സ്പ്രിങ്ങ്)
മാക്ക് ഫേർ തുടങ്ങി.	Magh fair has started. (മാഗ് ഫേർ ഹേസ് സ്റ്റാർട്ടർഡ്)
അവർ കാലാവസ്ഥ കേന്ദ്രത്തിലാണ് ജോലി ചെയ്യുന്നത്.	He is employed in meteorological department.(ഹീ ഇസ് എംപ്ലായിഡ് ഇൻ മെട്ടിയർലാജിക്കൽ ടിപാർറ്റ്മെന്റ്)
കാലാവസ്ഥ മുന്നറിയിപ്പ് കേൾക്കു.	Listen the weather forecast. (ലിസൻ ദ വെദർ ഫോർകാസ്റ്റ്)
വേനൽകാലം എനക്കു യോജിക്കുകയില്ല.	The summer season does not suit me. (ദി സമ്മർ സീസൻ ഡസ് മാട്ട് സൂറ്റ് മീ)
അവൻ ശരത്കാല അവധിയിലാണ് വരുന്നത്.	He will come in autumn break. (ഹീ വിൽ കം ഇൻ ആട്ടം ബ്രേക്ക്)
എല്ലാരും മഴക്കാണ് കാത്തിരിക്കുന്നത്.	All are waiting for rains. (ആൾ ആർ വെയ്റ്റിങ്ങ് ഫാർ രെയിൻസ്)
സ്ത്രീകൾ വെയിൽ കൊള്ളുന്നു.	The women were basking in the sun. (ദി വുമൻ വേർ ഭേസ്കങ്ങിഗ് ഇൻ ദ സൺ)
യാചകൻ തണുപ്പിൽ വിറച്ചു കൊണ്ടിരിക്കുന്നു.	The beggar was shivering with cold. (ദി ഭെഗ്ഗർ വാസ് ഷിവരിങ്ങ് വിത്ത് കോൽഡ്)
അവൻ ചൂടു കൊണ്ടു കഷ്ടപ്പെടുന്നു.	He has been suffering from heat stroke. (ഹീ ഹേസ് ബീൻ സഫരിങ്ങ് ഫ്രം ഹീറ്റ്)
രാമു മഴ നനഞ്ഞു.	Ramu got drenched in rain. (രാമു ഗാറ്റ് ഡ്രെഞ്ചിഡ് ഇൻ രെയിൻ)
മേഘങ്ങൾ ഇടിഇടിക്കുന്നു.	The clouds are thundering. (ദി ക്ലൗഡ്സ് ആർ തണ്ടരിങ്ങ്)
മിന്നൽ താക്കി എന്നു തോന്നുന്നു.	It seems lightning has struck. (ഇറ്റ് സീംസ് ലൈറ്റ്നിങ്ങ് ഹാസ് സ്ട്രക്ക്)

20

ഒഴിവ് സമയങ്ങൾ

MOMENTS OF LEISURE

(മോമന്റ്സ് ഓഫ് ലെഷ്വറി)

നിങ്ങൾ ഏതു കളിയാണ് കളിക്കുന്നത് ?	Which game do you play? (വിച്ച് ഗെയിം ഡു യു പ്ലേ?)
എനിക്കു ഫുട്ബോളാണ് ഇഷ്ടം.	I'm fond of football. (യാം ഫോണ്ട് ഓഫ് ഫുഡ്ബോൾ.)
വരൂ, നമക്കു ക്രിക്കെറ്റ് കളിക്കാം.	Come, let us play cricket. (കം, ലെറ്റ് അസ് പ്ലേ ക്രിക്കറ്റ്).
അവനു ചെസ് കളിക്കാനറിയാം.	He knows how to play chess. (ഹി നോസ് ഹൗ ടു പ്ലേ ചസ്.)
എനിക്കു ഇന്ന് വിശ്രമമാണ്.	I'm at leisure today. (യാം എറ്റ് ലെഷ്വറി ടുഡേ).
വിശ്രമ സമയത്ത് വരൂ.	Come in leisure. (കം ഇൻ ലെഷ്വറി
അവർ പട്ടം പറപ്പിക്കുന്നു.	They are flying kites. (ദേ ആർ ഫ്ളൈയിങ്ങ് കിറ്റ്സ്).
നിങ്ങൾക്കു ക്ഷതമേറ്റിട്ടുണ്ടോ ?	Are you hurt?(ആർ യൂ ഹാർട്ട്?)
നമ്മുടെ ടീം ഒരു ഇന്നിങ്ങ്സ് വ്യത്യാസത്തിൽ വിജയിച്ചിരിക്കുന്നു.	Our team won by an innings. (അവർ ടീം വോം ബൈ ഏൻ ഇന്നിങ്ങ്സ്).
സിനിമാ ഒരു നേരമ്പോക്കാണ്.	Cinema is a good source of entertainment. (സിനിമ ഇസ് എ ഗുഡ് സോർസ് ഓഫ് എന്റർടെയിൻ മെന്റ്).
അവൾക്കു പാടുന്നതിലാണ് അധികതാല്പര്യം.	She is fond of singing. (ഷീ ഇസ് ഫോണ്ട് ഓഫ് സിങ്ങിങ്ങ്).
വരൂ, നമുക്കു ചെസ്സ് കളിക്കാം.	Come, let us have a round of chess. (കം, ലെറ്റ് അസ് ഹാവ് എ റൗണ്ട് ഓഫ് ചീസ്).
അവന് നല്ലവണ്ണം ചീട്ടു കളിക്കാനറിയും.	He knows many card-games. (ഹി നോസ് മെനി കാർഡ് - ഗെയിംസ്).
മത്സരം സമനിലയിലായി.	The match ended in a draw. (ദ മേച്ച് എന്റേഡ് ഇൻ ഡ്രോ).
ആരാണ് വിജയിച്ചത് ?	Who won? (ഹൂ വോൺ).
അവൻ തുടർന്നു ബൗൺഡ്രികൾ അടിച്ചു.	He hits many consecutive boundaries. (ഹി ഹിറ്റ്സ് മെനി കോൻസിക്യൂട്ടീവ് ബൗണ്ടറീസ്).

കുതിരസവാരി ഒരു നല്ല വിനോദമാണ്.	Riding is a good hobby. (റൈഡിങ്ങ് ഇസ് എ ഗുഡ് ഹോബി).
നല്ലവണ്ണം കുലുക്കാതെ ചീട്ടു കളിക്കരുത്.	Don't deal cards without shuffling well. (ഡോണ്ട് ഡീൽ കാർഡ്സ് വിതൗട്ട് ഷഫ്ലിങ്ങ് വെൽ).
ലോങ്ങ് ജമ്പിൽ അവൻ മുന്നിലാണ്.	He was first in long jump. (ഹീ വാസ് ഫസ്റ്റ് ഇൻ ലോങ്ങ് ജെമ്പ്).
കാഴ്ചക്കാർ (രസികർകൾ) കൈതട്ടി.	The spectators clapped. (ദ സ്പെക്റ്ററ്റെഴ്സ് ക്ലാപ്പ്ഡ്).
ജോലി ഒരു പ്രഗത്ഭനായ യുദ്ധവീരൻ.	Jolly is a famous sprinter. (ജോളി ഇസ് എ ഫേമസ് സ്പ്രിന്റർ).
വരൂ, പന്തയം വയ്ക്കാം.	Come on the bet. (കംഓൺ ഓൺ ദ ബെറ്റ്).
തോട്ടത്തിൽപ്പണി ചെയ്യുന്നതാണ് അവന്റെ നേരം പോക്കു.	Gardening is his hobby. (ഗാർഡനിങ്ങ് ഇസ് ഹിസ് ഹോബി).
അവന് എപ്പോഴും ജോലി തിരക്കാണ്.	He has no rest from work. (ഹി ഹാസ് നോ റെസ്റ്റ് ഫ്രം വർക്ക്).
ചീട്ടുകളി ഒരു കുറ്റമാണ്.	Gambling is an offence.(ഗാബ്ലിങ്ങ് ഇസ് ആൻ ഒഫൻസ്).
നീ എന്തനാ തിനിച്ചു ഇരുകുന്നത്.	Why are you sitting idle? (വൈ ആർ യൂ സിറ്റിങ്ങ് ഐഡിയൽ?)
ഞങ്ങൾ ഒരു ക്ലബ് ഉണ്ടാക്കിട്ടുണ്ട്.	We have formed a club. (വി ഹാവ് ഫോമ്ഡ് എ ക്ലബ്.)
നിനക്ക് ഞങ്ങളുടെ ക്ലബിൽ ചേരാമല്ലോ ?	Why don't you join our club? (വൈ ഡോണ്ട് യൂ ജോയിൻ അവർ ക്ലബ്?)
വെറുതേ കഥ പറയാതേ ഏതെങ്കിലും ഒരു ജോലി ചെയ്യൂ.	Would you do some work or go on gossiping? (വുഡ് യു സം വർക്ക് ഓർ ഗോ ഓൺ ഗോസിപ്പിങ്ങ്)
രസികർകളെ കൊണ്ട് സ്റ്റേഡിയം നിറഞ്ഞു.	The stadium was packed to capacity. (ദ റ്റേഡിയം വാസ് പേക്ക്ഡ് ടു കപ്പാസിറ്റി.)
കുട്ടികൾ കൺപൊത്തികളി കളിക്കുന്നുണ്ട്.	The children are playing hide and seek. (ദ ചിൽഡ്രൻ ആർ പ്ലേയിങ്ങ് ഹൈഡ് ഏന്റ് സീക്ക്.)
അഭിനയമാണ് അവന്റെ നേരം പോക്ക്.	His hobby is acting. (ഹിസ് ഹോബി ഇസ് ആക്റ്റിങ്ങ്.)
അവിടെ ഒരു പാവക്കൂത്തു നടക്കും.	A puppet show will be held there. (എ പ്യൂപെറ്റ് ഷോ വിൽ ബി

ഹെൽഡ് ദേർ.)

ജീവൻ ഒരു നാടകം കാണാൻ പോയിരിക്കുകയാണ്. | Jeevan has gone to see a play. (ജീവ ൻ ഹാസ് ഗോൺ ടു സീ എ പ്ലേ.)

ഹരീഷ് ഒരു കബഡി ജേതാവാണ്. | Harish is a Kabaddi champion. (ഹാരിഷ് ഇസ് എ കബഡി ചാമ്പ്യൻ.)

അവൻ ഞങ്ങള ടീമിന്റെ നേതാവാണ് | He is captain of our team. (ഹീ ഇസ് ക്യാപ്റ്റൻ ഓഫ് അവർ ടീം.)

കരീമാണ് നല്ല ഹോക്കി കളിക്കാരൻ. | Karim is the best hockey player. കരീം ഇസ് ദ ബെസ്റ്റ് ഹോക്കി പ്ലേയർ.)

21

മുന്നറിയിപ്പും സൂചനകളും
CAUTIONS AND SIGNALS
(കോഷൻസ് ആന്റ് സിഗ്നൽസ്)

നടു റോട്ടിൽ നടക്കുന്നത് ആപത്താണ്. | It's dangerous to walk on a road. (ഇറ്റ്സ് ഡെയിഞ്ചറസ് ടു വാക്ക് ഓൺ എ റോഡ്.)

ഓടുന്ന ബസ്സിൽ ചാടി കയറരുത്. | Don't board the running bus. (ഡോണ്ട് ബോർഡ് ദ റെണ്ണിങ്ങ് ബസ്.)

ബസ്സിൽ ടിക്കറ്റ് എടുക്കാതെ യാത്ര ചെയ്യുന്നത് കുറ്റമാണ്. | It's a crime to travel without ticket. (ഇറ്റ്സ് എ ക്രൈം ടു ട്രാവൽ വിതൗട്ട് ടിക്കറ്റ്.)

സ്ത്രീകൾക്ക് ഇരിപ്പിടം കൊടുക്കുക. | Give seats to ladies. (ഗിവ് സീറ്റ്സ് ടു ലേഡീസ്.)

റോഡ് മുറിച്ച് കടക്കുമ്പോൾ ഇടതു വലതു വശങ്ങളിൽ നോക്കണം. | Look to left and right while you cross the road. (ലുക്ക് ടു ലെഫ്റ്റ് ഏന്റ് റൈറ്റ് വൈൽ യൂ ക്രോസ് ദ റോഡ്.)

എപ്പോഴും റോഡിന്റെ ഇടതു വശം ചേർന്നു നടക്കുക. | Always keep to the left. (ആൾവേസ് കീപ്പ് ടു ദ ലെഫ്റ്റ്.)

വാഹനം പതുക്കെ ഓടിക്കുന്നത് സുരക്ഷിതമാണ്. | Slow driving, safe driving. (സ്ലോ ഡ്രൈവിങ്ങ് സേഫ് ഡ്രൈവിങ്ങ്.)

ഇവിടെ വാഹനം നിർത്തരുത്. | No parking here. (നോ പാർക്കിങ്ങ് ഹിയർ.)

പുല്ലിന്റെ മേലേ നടക്കരുത്.	Keep off the grass. (കീപ്പ് ഓഫ് ദ ഗ്രാസ്.)
പൂക്കളും, ഇലകളും പറിക്കുന്നതു നിരോധിച്ചിരിക്കുന്നു.	Plucking of flowers and leaves is prohibited. (പ്ലക്കിങ്ങ് ഓഫ് ഫ്ളവേസ് ഏന്റ് ലീവ്സ് ഇസ് പ്രോഹിബിറ്റഡ്.)
ഭാരമേറിയ വാഹനങ്ങൾക്കു അനുമതിയില്ല.	Heavy vehicles are not allowed. (ഹെവി വെഹിക്കിൾസ് ആർ നോട്ട് അലൗഡ്.)
ആപത്തിൽപ്പെട്ടാൽ ചങ്ങല പിടിച്ച് വലിക്കുക.	In case of danger pull the chain. (ഇൻ കേസ് ഓഫ് ഡേഞ്ചർ പുൾ ദ ചെയിൻ.)
മുമ്പിൽ അപകടമായ വളവുണ്ട്.	Dangerous curve ahead. (ഡേഞ്ചറസ് കെർവ് ഏഹെഡ്.)
ഇത് പൊതുവഴി അല്ല.	No thoroughfare. (നോ ത്രോഫേർ.)
പട്ടികളെ സൂക്ഷിക്കുക.	Beware of the dogs. (ബി വേർ ഓഫ് ദ ഡോഗ്സ്.)
ഗതാഗതം നിരോധിച്ചിരിക്കുന്നു.	Road blocked ahead. (റോഡ് ബ്ലോക്ക്ഡ് എഹെഡ്.)
അനുവാദമില്ലാത അകത്തുകടക്കരുത്.	Not entry without permission. (നോട്ട് എൻട്രി വിതൗട്ട് പെർമിഷൻ.)
ചവിട്ടു പടിയിൽ യാത്ര ചെയ്യരുത്.	Don't travel on the footboard. (ഡോണ്ട് ട്രാവൽ ഓൺ ദ ഫുഡ്ബോർഡ്.)
പരസ്യം പതിക്കരുത്.	Stick no bills. (സ്റ്റിക്ക് നോ ബിൽസ്.)
പുകവലി നിരോധിച്ചിരിക്കുന്നു.	Smoking is prohibited. (സ്മോക്കിങ്ങ് ഇസ് പ്രോഹിബിറ്റഡ്.)
കടക്കാൻ പാലം ഉപയോഗിക്കുക.	Use the bridge to cross over. (യൂസ് ദ ബ്രൃഡ്ജ് ടു ക്രോസ് ഓവർ.)
പോക്കറ്റടിക്കാരെ സൂക്ഷിക്കുക.	Beware of the pickpockets. (ബി വേർ ഓഫ് ദ പിക്ക്പോക്കറ്റ്സ്.)
നിങ്ങളെ സഹായിക്കാൻ ഞങ്ങളെ സഹായിക്കൂ.	Help us to help you. (ഹെൽപ്പ് അസ് ടു ഹെൽപ്പ് യൂ.)

22

അങ്ങാടിയും സാധനംവാങ്ങലും

BAZAAR AND SHOPPING (ബസാർ അന്റ് ഷോപ്പിങ്ങ്)

ഞാൻ തീർച്ചയായും ചന്തയ്ക്കു പോകേണ്ടി യിരുന്നു.

I was obliged to go to bazaar. (ഐ വാസ് ഒബ്ലിജിഡ് ടു ഗോ ടു ബസാർ.)

അവിടെ എനിക്കു രണ്ടു മൂന്നു മണിക്കൂർ ചിലവാക്കേണ്ടി വന്നു.

It took my two-three hours. (ഇറ്റ് ടുക്ക് മൈ ടൂ - ത്രി ഹവേഴ്സ്.)

നിങ്ങൾ സ്കൂട്ടർ വാങ്ങാൻ പോകുന്നതായ് അറിഞ്ഞു.

I have heard you are going to buy a scooter. (ഐ ഹാവ് ഹിയേഡ് യു ആർ ഗോയിങ്ങ് ടു ബൈ എ സ്കൂട്ടർ.)

എന്താണ് കാര്യം, വില അധികമാണ്.

What's the matter, so much price. (വാട്ട്സ് ദ മാറ്റർ, സോ മച്ച് പ്രൈസ്.)

നിങ്ങൾ സമ്മതിച്ചാലും ഇല്ലങ്കിലും നിർവഹിക്കുന്നത് വളരെ ബുദ്ധിമുട്ടാണ്.

You may agree or not, it is becoming difficult to manage. (യു മേ എഗ്റി ഓർ നോട്ട്, ഇസ് ഇസ് ബിക്കമിങ്ങ് ഡിഫിക്കൽറ്റ് ടു മേനേജ്.)

ഇനിയും ചെയ്യാൻ ഏതെങ്കിലും ബാക്കിയുണ്ടോ ?

Is something remain to be done yet? (ഇസ് സംതിങ്ങ് റിമെയിൻ ടു ബി ഡൺ യെറ്റ്?)

നല്ലത്, നിങ്ങൾ ഇതിനു എത്രയാണ് വാങ്ങുന്നത് ?

Well, how much will you charge for it?(വെൽ ഹൗ മച്ച് വിൽ യു ചെയിഞ്ച് ഫോർ ഇറ്റ്?)

നിങ്ങൾക്കു ഇഷ്ടമുള്ളതു തരുക.

Give whatever you please. (ഗിവ് വാട്ടവർ യു പ്രീസ്.)

നിങ്ങൾ എത്രയാണ് കൊടുക്കാൻ ആഗ്രഹിക്കുന്നത്

How much do you want to pay? (ഹൗ മച്ച് ഡു യു വാണ്ട് ടു പേ?)

ഞാൻ ചില പുസ്തകങ്ങൾ വാങ്ങിയതു കൊണ്ട്, രൂപയ്ക്കു ബുദ്ധിമുട്ടായി.

I bought some books and ran short of money. (ഐ ബോട്ട് സം ബുക്ക്സ് എന്റ് റേൻ ഷോർട്ട് ഓഫ് മണി.)

നിങ്ങൾ അധികം വില കൊടുത്തില്ല എന്നത് ഉറപ്പല്ലേ ?

Are you sure you have not paid much? (ആർ യു ഷുവർ യു ഹാവ് നോട്ട് പെയിഡ് മച്ച്?)

അവൻ എനിക്കു അമ്പതു പൈസ കുറച്ച് തന്നു.	He gave me fifty paise short. (ഹി ഗേസ് മി ഫിഫ്റ്റി പൈസേ ഷോർട്ട്.)
നിങ്ങളുടെ കൈയ്യിൽ എത്ര രൂപയാണ് കുറവ്.	By how much money are you short? (ബൈ ഹൗ മച്ച് മണി ആർ യു ഷോട്ട്?)
എന്റെ കൈയ്യിൽ പത്തു രൂപ കുറ വായിട്ടുണ്ട്.	I am short by ten rupees. (ഐ ആം ഷോർട്ട് ബൈ ടെൻ റുപ്പീസ്.)
ജനങ്ങൾ വിദേശ സാധനങ്ങ ളുടെ പിന്നാലെ അലയുകയാണ്.	People are crazy after foreign things. (പീപ്പിൾ ആർ ക്രേസി ആഫ്റ്റർ ഫോറിൻ തിങ്ങ്സ്.)
എല്ലാ ഘടികാരങ്ങളും വേഗം വിറ്റു കഴിഞ്ഞു.	All the watches found a ready sale. (ആൾ ദ വാച്ചസ് ഫൗണ്ട് എ റെഡി സെയിൽ.)
ഈ വീട് വിൽക്കാൻ ഉള്ളതാണ്	This house is for sale. (ദിസ് ഹൗസ് ഇസ് ഫോർ സെയിൽ.)
ഈ സാധനങ്ങൾ ഒന്നും വിറ്റില്ല.	There is no sale for these goods. (ദേർ ഇസ് നോ സെയിൽ ഫോർ ദീസ് ഗുഡ്സ്.)
ഉരുളകിഴങ്ങു വളരെ വില കുറ വായി വിൽക്കുന്നു.	Potato is selling cheap. (പൊട്ടാറ്റോ ഇസ് സെല്ലിങ്ങ് ചീപ്പ്.)
റോഡിൽ കൂടി പോകുന്ന പച്ചക്കറി കാരനെ വിളിക്കുക.	Call at the grocer's on the way. (കാൾ അറ്റ് ദ ഗ്രോസസ് ഓൺ ദ വേ.)
ഇത് മായം ചേർന്ന പാലാണ്.	This is adulterated milk. (ദിസ് ഇസ് അഡൾട്ടറേറ്റഡ് മിൽക്ക്.)
ഞാൻ സാധനങ്ങൾ കടം വാങ്ങുക യില്ല.	I do not buy things on credit.(ഐ ഡു നോട്ട് ബൈ ദിസ് ഓൺ ക്രെഡിറ്റ്.)
ഈ ചെരുപ്പജോടി എനിക്കു പാക മല്ല.	This pair of shoes fits me tight. (ദിസ് പേർ ഓഫ് ഷൂസ് ഫിറ്റ് മി മി ടൈറ്റ്.)
ഈ കപ്പ് സെറ്റ് 50 രൂപായ്ക്കു വില കുറച്ചു വിൽക്കുന്നു.	This tea set is cheap for fifty rupees. (ദിസ് ടി സെറ്റ് ഇസ് ചീപ്പ് ഫോർ ഫിഫ്റ്റി റുപ്പീസ്.)
ന്യായമായ വില വാങ്ങുക	Charge a reasonable rate. (ചാർജ് എ റീസണബിൾ റേറ്റ്.)
ഞങ്ങൾ തുണികൾ ചില്ലറയായി വിൽക്കുന്നതല്ല.	We do not sale cloth in retail. (വി ഡു നോട്ട് സേൽ ക്ലോത്ത് ഇൻ റീട്ടേൽ.)
ഈ നോട്ട് കീറിയിട്ടുണ്ട്.	This note is torn. (ദിസ് നോട്ട് ഇസ്

	ടോറൻ.)
ഇത്, എടുത്തു കൊള്ളു, ഇത് പുതിയതാണ്	Take this, its brand new. (ടെയിക്ക് ദിസ്, ഇറ്റ് ബ്രാന്റ് ന്യൂ.)
ഈ ഷൂ മുമ്പിൽ കടിക്കുന്ന	This shoe pinches me at front. (ദിസ് ഷൂ പിഞ്ചസ് മി എറ്റ് ഫോണ്ട്.)
ഈ തണ്ണിമത്തൻ കെട്ടതാണ്	These melons are rotten. (ദീസ് മിലോൺസ് ആർ റൊട്ടൺ.)
എനിക്കു ചില പുതിയ സാധനങ്ങൾ കാണിക്കുക	Show me some fresh stuff. (ഷോ മി സം ഫ്രഷ് സ്റ്റഫ്.)
ഞങ്ങൾ ട്രാവലർസ് ചെക്ക് സ്വീകരിക്കും.	We accept traveler cheques. (വി എസപ്പ്റ്റ് ട്രാവൽ ചെക്ക്സ്.)
ഇവിടെ നിന്നും മാർകെറ്റ് എത്ര ദൂരമാണ്	How far is the market from here? (ഹൗ ഫാർ ഇസി ദ മാർക്കറ്റ് ഫ്രം ഹിയർ?)
അധിക ദൂരമുണ്ടോ?	It is quite far? (ഇറ്റ് ഈസ് ക്വയറ്റ് ഫാർ?)
നമ്മൾ ഒരു ഓട്ടോറിക്ഷാ വടിക്കാം.	Let us hire a rickshaw. (ലെറ്റ് ആസ് ഹിർ എ റിക്ഷ.)
മാർകെറ്റിലിരുന്നു ചില ബേക്കറി സാധനങ്ങൾ വാങ്ങി കൊണ്ടു വരുക.	Bring some sweets from the market and yes, some salted things too. (ബ്രിങ്ങ് സം സ്വീറ്റ്സ് ഫ്രം ദ മാർക്കറ്റ് എന്റ് എസ്, സം സാൾടെഡ് തിങ്ങ്സ് റ്റൂ.)

23

കുട്ടിക്കാലം, യുവത്വം, വാർദ്ധക്യം

CHILDHOOD, YOUTH AND OLD AGE
(ചൈൽഡ്ഹുഡ്, യൂത്ത് അന്റ് ഓൾഡ് ഏജ്)

നിങ്ങൾക്ക് എത്ര വയസ്സായി ?	What's your age?(വാട്ട്സ് യുവർ ഏജ്?)
എനിക്കു മുപ്പതു വയസ്സായി.	I am thirty years old. (ഐ അം തേർട്ടി ഇയേസ് ഓൾഡ്.)
നമുക്കു രണ്ട് പേർക്കും ഒരേ വയസാണ്.	We both are of the same age. (വി ബോത്ത് ആർ ഓഫ് ദ സെയിം ഏജ്.)
നിഷയ്ക്കു ചെറു വയസ്സിലേ കല്യാണം കഴിഞ്ഞു.	Nisha got married in young age. (നിഷ ഗോട്ട് മേറീഡ് ഇൻ യുവർ ഏജ്.)
കുട്ടിക്കാലമാണ് ജിവിതത്തിൽ നല്ല കാലം.	Childhood is the golden period of life. (ചൈൽഡ്ഹുഡ് ഇസ് ദ ഗോൾഡൺ പിരിയഡ് ഓഫ് ലൈഫ്.)
ചെറുപ്രായത്തിലേ സംഗതികൾ എനിക്കു ഇന്നും ഓർമ്മയുണ്ട്.	I still remember the things of childhood. (ഐ സ്റ്റിൽ റിമമ്പർ ദ തിങ്ങ്സ് ഓഫ് ചൈൽഡ്ഹുഡ്.)
അപ്പോൾ ശ്യാം വളരെ ചെറുപ്പമാണ്	Then Shyam was very young. (ദെൻ ശ്യാം വോസ് വെരി യങ്ങ്.)
അവനെ ചെറുപ്പത്തിലേ എനിക്കറിയാം	I know him since childhood. (ഐ നോ ഹിം സിൻസ് ചൽഡ്ഹുഡ്.)
നീലം ചെറുപ്പ കാലത്തിൽ വളരെ കുസൃതിയായിരുന്നു.	How naughty was Neelam in Childhood. (ഹൗ നൈറ്റി വോസ് നീലം ഇൻ ചൽഡ്ഹുഡ്.)
കുട്ടികാലം മറക്കാനാവുന്ന കാലമാണോ ?	Is the Childhood a thing to be ever forgotten? (ഇസി ദ ചൽഡ്ഹുഡ് എ തിങ്ങ് റ്റു ബി എവർ ഫർഗോട്ടൺ?)
അവർ ഇപ്പോഴും അവിവാഹിതനാണ്	He is still a bachelor. (ഹി ഇസ് സ്റ്റിൽ എ ബാച്ച്ലർ.)

ഇപ്പോൾ അവൻ വലുതായി.	He has now come of age. (ഹി ഹാസ് നൗ കം ഓഫ് ഏജ്.)
യൗവ്വനം ജീവിതത്തിന്റെ വസന്ത കാലമാണ്.	Youth is the spring of life.(യൂത്ത് ഇസ് ദ സ്പ്രിങ്ങ് ഓഫ് ലൈഫ്.)
അവൾ 20 വയസുള്ള യുവതിയാണ്.	She is a young lady of twenty. (ഷി ഇസ് എ യങ്ങ് ലേഡി ഓഫ് റ്റ്വന്റി).
രാജ്യത്തിന്റ പ്രതീക്ഷയാണ് ഇളം തലമുറ	The country's hopes rests on the young generation. (ദ കൺട്രീസ് ആർ ഹോപ്പ്സ് റെസ്റ്റ്സ് ഓൺ ദ യങ്ങ് ജനറേഷൺ).
അവൻ അധികം പ്രായം തോന്നി ക്കുന്നില്ല.	He looks younger than his age. (ഹി ലുക്ക്സ് യങ്ങർ ദെൻ ഹിസ് ഏജ്).
ചെറുപ്പകാലം പാട്ടും, ചിരിയും നിറ ഞ്ഞ.	Youth is full of song and laughter: യൂത്ത് ഇസ് ഫുൾ ഓഫ് സോങ്ങ് ഏന്റ് ലോട്ടർ).
ചെറുപ്പായിരിക്കുന്നത് സ്വർഗ്ഗത്തിലി രിക്കുന്നതുപോലെയാണ്.	To be young is to be in heaven. (ടു ബി യങ്ങ് ഇസ് റ്റു ബി ഇൻ ഹെവൻ).
അവൻ വേഗം വയസ്സായി.	He is aging fast. (ഹീ ഇസ് ഏജിങ്ങ് ഫാസ്റ്റ്).
അവന്റെ ദിവസങ്ങൾ എണ്ണപ്പെട്ടു കഴിഞ്ഞു.	His days are numbered. (ഹിസ് ഡേസ് ആർ നമ്പേർഡ്).
ചെറുപ്പകാലം ഭയമില്ലാ കാലം.	Youth knows no reason. (യൂത്ത് നോസ് നോ റീസൺ).
അവൻ ചെറുപ്രായത്തിലേയേ മരി ച്ചു.	He died in the prime of Youth. (ഹി ഡൈഡ് ഇൻ ദ പ്രൈം ഓഫ് യൂത്ത്).
അവൻ ചെറുപ്പ കാലത്തിന്റെ അവ സാനത്തിലാണ് ഉള്ളത്.	He is in his declining youth. (ഹി ഇസ് ഇൻ ഹിസ് ഡിക്ലെയിനിങ്ങ് യൂത്ത്).
മാറാ രോഗം അവനെ വൃദ്ധനാക്കി.	Long illness has made him/her old. (ലയൺ ഇൽനസ് ഹാസ് മെയിഡ് ഹിം/ഹേർ ഓൾഡ്).
വാർദ്ധക്യം ഒരു ശാപമല്ല.	Old age is not a curse. (ഓൾഡ് എയ്ജ് ഇസ് നോട്ട് എ കേർസ്).
കാലം തന്റെ കാൽപാടുകളെ നമ്മുടെ മേൽ പതിച്ചിട്ട് പോകുന്നു.	Time leaves its foot print on all. (ടൈം ലീവ്സ് ഇറ്റ്സ് ഫൂട്ട് പ്രിന്റ് ഓൺ ആൾ).
വാർദ്ധക്യം പേടിക്കേണ്ട കാര്യ മാണോ ?	Is Old age a thing to be afraid of? (ഇസ് ഓൾഡ് ഏജ് എ തിങ്ങ് ടു ബി എഫൈയേഡ് ഓഫ്?)

വൃദ്ധന്മാരെ സംരക്ഷിക്കുന്നത് നമ്മുടെ കടമയാണ്.
Care of the old is our duty. (കേർ ഓഫ് ദ ഓൾഡ് ഇസ് അവർ ഡ്യൂട്ടി.)

വാർദ്ധക്യം അനുഭവങ്ങൾ നിറഞ്ഞതാണ്.
Old age is full of experiences. (ഓൾഡ് ഏജ് ഇസ് ഫുൾ ഓഫ് എക്സ്പീരിയൻസ്.)

വൃദ്ധന്മാർ നാട്ടിന്റെ മുതിർന്ന പൗരന്മാരാണ്.
Old people are senior citizens of the country. (ഓൾഡ് പീപ്പിൾസ് ആർ സീനിയർ സിറ്റിസൺ ഓഫ് ദ കൺട്രി).

വാർദ്ധക്യത്തിൽ തലമുടി നരച്ചു കൊഴിഞ്ഞു പോകുന്നു.
Hair turns white and fall in old age. (ഹേർ ടേൺസ് വൈറ്റ് എന്റ് ഫാൾ ഇൻ ഓൾഡ് ഏജ്).

അവൻ തന്റെ തലമുടിക്കു ചായം പൂശുന്നു.
He dyes his hair. (ഹി ഡൈസ് ഹിസ് ഹേയർ).

നിങ്ങൾ എന്ത് തലമുടി ചായമാണ് ഉപയോഗിക്കുന്നത് ?
Which hair-dye do you use? (വിച്ച് ഹേയർ -ഡയ് ഡു യുവർ യൂസ്?)

24

വസ്ത്രവും ഭക്ഷണവും
DRESS AND FOOD
(ഡ്രസ് അന്റ് ഫുഡ്)

ഞാൻ ലളിത വസ്ത്രങ്ങൾ ഇഷ്ടപ്പെടുന്നു.
I like simple dress. (ഐ ലൈക്ക് സിമ്പിൾ ഡ്രസ്.)

എനിക്കു വസ്ത്രം നന്നായി ധരിക്കാൻ അറിയില്ല.
You don't know how to dress well. (യു ഡോന്റ് നോ ഹൗ റ്റു ഡ്രസ് വെൽ.)

ഈ വസ്ത്രത്തിൽ നീ മനോഹരമായിരിക്കുന്നു.
You look very smart in this dress. (യു ലുക്ക് വെരി സ്മാർട്ട് ഇൻ ദിസ് ഡ്രസ്.)

ഈ കുട്ടി യൂണിഫോം ധരിച്ചിട്ടില്ല.
That student was not in uniform. (ദാറ്റ് സ്റ്റുഡന്റ് വോസ് നോട്ട് ഇൻ യൂനിഫോം).

ഞാൻ ഉണ്ടാക്കിവച്ചിരിക്കുന്ന വസ്ത്രങ്ങൾ വാങ്ങിയിട്ടുണ്ട്.
I have bought ready-made garments. (ഐ ഹാവ് ബോട്ട് റെഡി - മെയിഡ് ഗാർമെന്റ്സ്).

അയൽ രാജ്യങ്ങളിലും സാരി പ്രസിദ്ധമാണ്.
Sari is popular in foreign also. (സാരി ഇസ് പോപ്പുലർ ഇൻ ഫോറിൻ ആൾസോ.)

പട്ടാണി വേഷത്തിൽ അവൻ രക്ഷപ്പെട്ടു.	He escaped in the guise of Pathan. ഹി എസ്കെയിപ്പ്ഡ് ഇൻ ദ ഗെയിസ് ഓഫ് പാത്തൻ.)
പരിഷ്കൃതവസ്ത്രങ്ങൾ ധരിക്കാനാണ് അവനിഷ്ടം.	He is fond of fashionable clothes. (ഹി ഇസ് ഫോൺഡ് ഓഫ് ഫാഷണബിൾ ക്ലോത്ത്സ്).
എനിക്ക് ആഡംബര ജീവിതത്തിൽ വിശ്വാസമില്ല.	I don't believe in pomp and show. (ഐ ഡോന്റ് ബിലീവ് ഇൻ പോമ്പ് ഏന്റ് ഷോ.)
പട്ടുവസ്ത്രങ്ങൾ നീണ്ടകാലം നിലനിൽക്കും.	Silken cloth wears long. (സിൽക്കൻ ക്ലോത്ത് വിയേസ് ലോഗ്.)
ഈ യഥാർത്ഥ പട്ടു തുണി എവിടുന്നാണ് വാങ്ങിയത്.	Where did you buy this pure silk sari? (വേർ ഡിഡ് യൂ ബൈ ദിസ് പ്യൂർ സിൽക്ക് സാരി).
പരിഷ്ക്കാരം വരും പോകും.	Fashions come and go. (ഫേഷൻസ് കം എന്റ് ഗോ).
ഈ കുപ്പായം വളരെ മുറുക്കമാണ്.	This shirt is tight fit. (ദിസ് ഷേട്ട് ഇസ് ലൈറ്റ് ഫിറ്റ്.)
അയഞ്ഞവസ്ത്രം ഉഷ്ണകാലത്ത് യോജിച്ചതാണ്.	Loose dresses are good in summer. (ലൂസ് ഡ്രസസ് ആർ ഗുസ് ഇൻ സമ്മർ.)
ഈ തുണി നീണ്ടകാലം ഉപയോഗിക്കാം.	This cloth will last long. (ദിസ് ക്ലോത്ത് വിൽ ലാസ്റ്റ് ലോങ്ങ്).
അവരുടെ ജീവിതനിലവാരം ഉയർന്നതാണ്.	Their standard of living is good. (ദേർ സ്റ്റാന്റേർഡ് ഓഫ് ലിവിങ്ങ് ഇസ് ഗുഡ്).
എനിക്ക് അവരുമായി യാതൊരു സാമൂഹിക ബന്ധവുമില്ല.	We have no social relationship with them. (വി ഹാവ് നോ സോഷ്യൽ റിലേഷൻഷിപ്പ് വിത്ത് ദെം).
പാൽ കെട്ടുപോയി.	The milk has turned sour. (ദ മിൽക്ക് ഹാസ് ടേണ്ട് സോർ.)
ഒരു മുട്ട ഓംലെറ്റ് ഉണ്ടാക്കു.	Make omelet of an egg. (മെയിക്ക് ഓംലെറ്റ് ഓഫ് എൻ എഗ്ഗ്.)
ഒരു കപ്പ് ചായ തരു.	Give a cup of tea.(ഗിവ് ഏ കപ്പ് ഓഫ് ടി).
പാലിനെക്കാളും എനിക്കിഷ്ടം ചായയാണ്.	I prefer milk to tea. (ഐ പ്രിഫർ മിൽക്ക് റ്റു ടി).

ചായ ഒരു ജനപ്രീയ പാനീയമാണ്.	Tea is a popular drink. (ടി ഇസ് എ പോപ്പുലർ ഡ്രിംഗ്).
കൂടുതൽ പച്ചകറികൾ കഴിക്കു.	Eat more green vegetables. (ഈറ്റ് മോർ ഗ്രീൻ വെജിറ്റബിൾ)
പാൽ ഒരു സമ്പൂർണാഹാരമാണ്.	Milk is a perfect food. (മിൽക്ക് ഇസ് എ പെർഫെക്റ്റ് ഫുഡ്).
കുറച്ചു കഴിക്കൂ നന്നായി ചവച്ചരച്ച് കഴിക്കൂ.	Eat less but much well. (ഈറ്റ് ലെസ് ബട്ട് മച്ച് വെൽ).
ചീഞ്ഞ ആഹാരം കഴിക്കരുത്.	Don't eat stale food. (ഡോണ്ട് ഈറ്റ് സ്റ്റെയിൽ ഫുഡ്).
റൊട്ടിയിൽ നെയ് തടവുക.	Spread ghee on bread. (സ്പ്രഡ് ഗീ ഓൺ ബ്രഡ്).
ഞാൻ പഴച്ചാറ് ഉണ്ടാക്കേണ്ടിയിരിക്കുന്നു.?	Should I prepare fruit salad? (ഷുഡ് ഐ പ്രിപ്പേർഡ് ഫ്രൂട്ട് സാലഡ്?)
റൊട്ടിക്കഷണത്തിന്റെ മുകളിൽ വെണ്ണ തടവുക.	Butter the slice. (ബട്ടർ ദ സ്ലൈസ്)
നിങ്ങൾക്ക് ഭക്ഷണമെടുത്തുവച്ചിട്ടുണ്ട്.	Your lunch has been laid. (യുവർ ലെഞ്ച് ഹാസ് ബീൻ ലെയിഡ്).
എനിക്ക് വല്ലാതെ വിശക്കുന്നു.	I am awfully hungry. (ഐ യാം ഹാഫുളി ഹങ്ക്റി).
നിങ്ങൾക്ക് എപ്പോഴാണ് ഉച്ചഭക്ഷണം കഴിക്കുക.	When do you take your lunch? (വെൻ ഡു യൂ ടെയിക്ക് യുവർ ലെഞ്ച്?)
നിങ്ങൾ പോഷകാഹാരം ആവശ്യമാണ്.	You need vitamins. (യു നീഡ് വിറ്റാമിൻസ്).
എനിക്കിന്ന് ഒരു വിരുന്നിന് പോകേണ്ടതുണ്ട്.	I have to attend a banquet today. (ഐ ഹാവ് റ്റു എറ്റന്റ് എ ബെൻക്യുറ്റ് റ്റുഡേ).

25

ഇടപാടുകളും ജോലികളും

DEALINGS AND OCCUPATIONS

(ഡീലിങ്ങ്സ് അന്റ് ഓക്കുപേഷൻ)

നിങ്ങൾ എന്ത് ജോലിയാണ് ചെയ്യുന്നത് ?	What's your occupation? (വാട്ട്സ് യുവർ ഓക്കുപേഷൻ?)
എനിക്കു ഇത് നല്ല ജോലിയാണ്. സലീം.	It is a fit occupation for me. എത്ര പണം
സലീം അവന്റെ ക്രയവിക്രയങ്ങളിൽ സത്യസന്ധത ഇല്ല.	Salim is not fair in his dealings. (സലീം ഇസ് നോട്ട് ഫെയർ ഇൻ ഇസ് ഡീലിങ്ങ്സ്.)
നിങ്ങളുടെ പലിശ നിരക്ക് അധികമാണ്.	Your rate of interest is high.(യുവർ റേറ്റ് ഓഫ് ഇന്റ്റസ്റ്റ് ഇസ് ഹൈ.)
കൗണ്ടറിൽ ആരുമില്ല.	There was nobody on the counter. (ദേർ വാസ് നോബഡി ഓൺ ദ കൗണ്ടർ.)
അവൻ ഒരു തുന്നൽകാരണാണ്.	He is tailor by profession. (ഹീ ഇസ് എ ടെയിലർ ബൈ പ്രോഫഷൻ.)
എനിക്കു ഒരു രൂപയ്ക്കു ചില്ലറ തരൂ.	Give me change for a rupee. (ഗിവ് മീ ചെയിഞ്ച് ഫോർ എ റുപ്പി.)
നീ ആ കള്ള നാണയത്തെ എങ്ങനെ മാറ്റി ?	How did you pass off the base coin? (ഹൗ ഡിഡ് യൂ പാസ് ഓഫ് ദ ബേസ് കോയിൻ.)
അവൻ കള്ള നോട്ട് കൊടുത്തു കൊണ്ടിരുന്നു.	He was giving a counterfeited note. (ഹി വോസ് ഗിവിങ്ങ് എ കൗണ്ടർഫിറ്റഡ് നോട്ട്.)
ഇത് ഒരു കള്ള പ്രമാണമാണ്.	It is a forged document. (ഇറ്റ് ഇസ് എ ഫോർജിഡ് ഡോക്കുമെന്റ്.)
എനിക്കു വില പേശുന്നതിൽ വിശ്വാസമില്ല. ധ	I do not believe in haggling. (ഐ ഡു നോട്ട് ബിലീവ് ഇൻ ഹാങ്ക്ലിങ്ങ്.)
സ്വർണ്ണത്തിന്റെ ഇന്നത്തെ വില എന്താണ് ?	What is the rate of gold these days (വാട്ട് ഇസ് ദ റെയിറ്റ് ഓഫ് ഗോൾഡ് ദീസ് ഡേയിസ്.)
കൗണ്ടർ വിടുന്നതിനു മുമ്പേ തന്നെ നിങ്ങളുടെ പണം ശ്രദ്ധയോടെ	Count your money carefully before you leave the counter. (കൗണ്ട്

എണ്ണി തിട്ടപ്പെടുത്തുക. യുവർ മണി കേർഫുളി ബിഫോർ യു ലീവ് ദ കൗണ്ടർ.)

വിറ്റ സാധനം മടക്കി എടുക്കുന്നതല്ല. Goods once sold will not be taken back. (ഗുഡ്സ് വൺ സോൾഡ് വിൽ നോട്ട് ബി ടേക്കൺ ബേക്ക്.)

ഇപ്പോഴെല്ലാം മാർക്കറ്റ് വളരെ മോശമായ നിലയിലാണ്. The market is dull now-a-days. (ദ മാർക്കറ്റ് ഇസ് ഡൾ നൗ- എ -ഡേസ്.)

എത്ര പണം നിങ്ങളെകൊണ്ട് എനിക്ക് കടം തരാൻ പറ്റും. How much money can you lend me? (ഹൗ മച്ച് മണി കേൻ യു ലെന്റ് മീ?)

ഭയമില്ലാതെ ഇതിൽ പണം നിക്ഷേപിക്കു. Invest money in this without any hesitation. (ഇൻവെസ്റ്റ് മണി ഇൻ ദിസ് വിതൗട്ട് എനി ഹെസിറ്റേഷൻ.)

അത്രതന്നെ റശീതി കൊണ്ടുവരു. That's all, bring the bill. (ദാറ്റ്സ് ആൾ, ബ്രിങ്ങ് ദ ബിൽ.)

മുൻകൂട്ടി എത്രരൂപ അവൻ നിക്ഷേപിച്ചിട്ടുണ്ട്. How much money has he paid as advance? (ഹൗ മച്ച മണി ഹാസ് ഹി പെയിഡ് ഏസ് അഡ്വാൻസ്.)

ജോലി തുടങ്ങുന്നതിന് മുമ്പ് കൂലി ഉറപ്പിക്കു. Settle the wages before you engage. (സെറ്റിൽ ദി വേജസ് ബിഫോർ യു എൻഗേജ്.)

അവൻ ആ തൊഴിലിൽ സമർത്ഥനാണ്. They are broker by profession. (ദേ ആർ ബ്രോക്കർ ബൈ പ്രോഫഷൻ.)

ഈ ചെക്ക് ഇന്നുതന്നെ പണമാക്കി മാറ്റു. Get this cheque encashed today. (ഗെറ്റ് ദിസ് ചെക്ക് എൻകേഷ്ഡ് റ്റുഡേ.)

ഇതെത്ര. എത്ര പണം How much is this? (ഹൗ മച്ച് ഇസ് ദിസ്?)

ഏറ്റവും കൂടുതൽ വിലപേശിയപ്പോൾ ലേലം കഴിഞ്ഞു. After much haggling the bargain was struck. (ആഫ്റ്റർ മച്ച് ഹേഗ്ലിങ്ങ് ദ ബാർഗേയിൻ വാസ് സ്ട്രക്ക്.)

സ്വർണ്ണം കണ്ടൽ എല്ലാവരുടെയും കണ്ണുകൾ മഞ്ഞളിക്കും. Gold is dust that blinds all eyes. (ഗോൾഡ് ഇസ് ഡസ്റ്റ് ദാറ്റ് ബ്ലൈൻസ് ആൾ ഐസ്.)

നിങ്ങൾ സ്വയംതൊഴിലോ അതോ മറ്റെവിടെയെങ്കിലും ജോലിചെയ്യുകയാണോ. Are you in business or in service? (ആർ യു ഇൻ ബിസിനസ് ഓർ ഇൻ സർവീസ്?)

മഹേഷ് കയറ്റുമതി ഇറക്കുമതി Mahesh is in export-import busi-

ജോലിയിലേർപ്പെട്ടിരിക്കുന്നു.	ness. (മഹേഷ് ഇസ് ഇൻ എക്സ്പോർട്ട് - ഇമ്പോർട്ട് ബിസിനസ്.)
അവൻ ഒരു സ്റ്റേഷനറി കച്ചവടം ചെയ്യുകയാണ്.	He runs a stationery shop. (ഹി റൻസ് എ സ്റ്റേഷനറി ഷോപ്പ്.)
നിങ്ങളുടെ കച്ചവടം ലാഭത്തിലാണോ	How are you getting on your business? (ഹൗ ആർ യു ഗെറ്റിങ്ങ് ഓൺ യുവർ ബിസിനസ്.)
വില വർദ്ധിച്ചുകൊണ്ടിരിക്കുന്നു.	Prices are going up. (പ്രൈസ് ആർ ഗോയിങ്ങ് അപ്പ്.)
അവർ മൊത്തകച്ചവടക്കാരാണ്.	They are wholesaler. (ദേ ആർ ഹോൾസെയിലേസ്.)
മൊത്തകച്ചവട കേന്ദ്രം എത്ര ദൂരത്തിലാണുള്ളത്.	How far is wholesale-market? (ഹൗ ഫാർ ഇസ് ഹോൾസെയിൽ മാർക്കറ്റ്?)
നിങ്ങൾ അതിന് എത്ര രൂപ ചിലവാക്കും.	How much did you pay for it? (ഹൗ മച്ച് ഡിഡ് യൂ പേ ഫോർ ഇറ്റ്?)
അവൻ പത്തു ശതമാനം വിലക്കുറവ് തരുന്നുണ്ട്.	He gives ten percent rebate. (ഹി ഗിവ് ടെൻ പെർസന്റ് റിബെറ്റ്.)
ഞാൻ ബാങ്കിൽ പണം നിക്ഷേപിക്കുന്നുണ്ട്.	I am investing money in shares. (ഐ അം ഇൻവെസ്റ്റിങ്ങ് മണി ഇൻ ഷെയേസ്.)

26

വികാരങ്ങളും മാനസികവിക്ഷോഭങ്ങളും

FEELINGS AND EMOTIONS

(ഫീലിങ്ങ്സ് അന്റ് ഇമോഷൻസ്)

നീ എന്തിനാ ദ്വേഷ്യത്തിനു ഇടം കൊടുക്കുന്നത് ?	Why do you give vent to anger? (വൈ ഡു യൂ ഗിവ് വെന്റ് റ്റു ഏഗ്ഗർ?)
അവൻ എന്നെ ദേഷ്യം പിടിപ്പിക്കുന്നു.	He made me angry. (ഹി മെയിഡ് മി ഏഗ്ററി.)
ആ സമയത്ത് അവൻ അവന്റെ ദേഷ്യത്തെ അടക്കുന്നു.	He bottled up his anger at that time. (ഹി ബോട്ടിൽഡ് അപ്പ് ഹിസ് ഏഗർ ഏറ്റ് ദാറ്റ് ടൈം).
നിങ്ങളുടെ ഭാര്യ വല്ലാത്ത കോപതോടാണു ഉള്ളതു.	Your wife is very hot tempered. (യുവർ വൈഫ് ഈസ് വെരി ഹോട്ട് ടെമ്പേർഡ്).
അവൻ ഒരു സൂത്രക്കാരൻ.	He is a cunning fellow. (ഹി ഇസ് എ കണ്ണിങ്ങ് ഫിലോ.)
നിന്റെ തെറ്റായ ജിവിതം മുഴുവനും എനിക്കറിയാം.	I know all your misdeeds. (ഐ നോ ആൾ യുവർ മിസ്ഡീസ്).
അവൾ ഒരു സ്നേഹമുള്ള പെണ്ണാണ്.	She is an affectionate lady. (ഷീ ഇസ് ഏൻ എഫോക്സിനെയിറ്റ് ലേഡി).
നീ നീണ്ട കാലം ജീവിക്കണം മകനേ.	May you live long my son. (മേ യൂ ലിവ് ലോങ്ങ് മൈ സൺ).
നിങ്ങളുടെ സ്നേഹമാണ് എന്റെ പ്രചോദനം.	Your affection is my inspiration. (യുവർ എഫക്ഷൻ ഇസ് മൈ ഇൻസ്പ്രെഷൻ).
ചെറിയ കാര്യത്തിനാണോ ഇത്ര പ്രശ്നം?	So much quarrel on a trifle. (സോ മച്ച് ക്വാരൽ ഓൺ എ ത്രിഫിൽ).
പ്രശ്നമുണ്ടാക്കിയത്കൊണ്ട് എന്തു നേട്ടമാണുള്ളത് ?	What's the use of wrangling? (വാട്ട്സ് ദ യൂസ് ഓഫ് വാറംലിംഗ്?)
അവൻ തന്തിരമായിട്ട് വരണം.	He had to come willy-nilly (ഹി ഹാഡ് റ്റു കം വില്ലി-നില്ലി).
അവൻ എന്തിനാ പ്രശ്നമുണ്ടാക്കിയത്?	What did he quarrel over? (വാട്ട് ഡിഡ് ഹി ക്വരൽ ഓവർ?)
നീ നിന്നെ എന്തിനാ ഈ പ്രശ്ന	Why did you involve yourself in

ത്തിൽ ബന്ധപെടുത്തുന്നത് ?	quarrel? (വൈ ഡിഡ് യൂ ഇൻവോൾവ് യുവർസേൽഫ് ഇൻ ക്വാറൽ?)
അച്ഛനെ കൊണ്ട് മാത്രമേ ഈ പ്രശ്നം തീർക്കാൻ പറ്റും.	Only father can make up the quarrel. (ഓൺളി ഫാദർ കേൻ മെയിക്ക് അപ്പ് ദ ക്വാറൽ).
നിസിമിന്റെ മാനസിക നില തെറ്റി.	Nisim lost her temper. (നിസീം ലോസ്റ്റ് ഹേർ ടെമ്പർ).
നിങ്ങൾ എന്നെ അസഹ്യപ്പെടുത്തി.	You have pestered me. (യൂ ഹാവ് പ്രസ്ഡ് മി).
ഞാൻ മാപ്പു ചോദിക്കുന്നു.	I apologise.(ഐ അപ്പോളജൈസ്).
ദയവായി എനിക്കു മാപ്പു തരണം.	Please, excuse me. (പ്ലീസ്, എസ്ക്യൂസ് മി).
നിങ്ങളെ ബുദ്ധിമുട്ടിച്ചതിനു ക്ഷമിക്കണം.	I'm sorry to have troubled you. ഏം സോറി റ്റു ഹാവ് ട്രബിൾഡ് യൂ.)
വിചാരിക്കാതെ ഇക്കാര്യം ചെയ്തു.	It was done inadvertantly. (ഇറ്റ് വോസ് ഡൺ ഇൻഅഡ്വർടെൻലി).
തമാശയായി ഞാൻ ഇത് പറഞ്ഞു.	I had said it in joke. (ഐ ഹാഡ് സെഡ് ഇറ്റ് ഇൻ ജോക്ക്.)
മുതിർന്നവരുമായി ആലോചിച്ച് തീർമാനിക്കൂ.	Take counsel of some elderly person. (ടെയ്ക്ക് കൗൺസിൽ ഓഫ് സം എൽഡർലി പേസൺ).
എനിക്കു നിങ്ങളുടെ ഉപദേശം വേണം.	I need your advice. (ഐ നീഡ് യുവർ അഡ്വൈസ്.)
അദ്ദേഹം എന്റെ ഉപദേശകനാണ്.	He is also my adviser. (ഹീ ഇസ് ഓൾസോ മൈ അഡ്വൈസർ).
ഏതെങ്കിലും നല്ല ഡോക്ടരോടു കൂടി ആലോചിക്കൂ,	Consult some expert doctor. (കൺസൾട്ട് സം എക്സ്പേട്ട് ഡോക്റ്റർ).
നിങ്ങൾ ഒന്നുകൊണ്ടും വിഷമിക്കണ്ട.	What are you worried about (വാട്ട് ആർ യു വറീഡ് എബൗട്ട്)
ഇതിൽ പേടിക്കാൻ എന്തിരിക്കുന്നു ?	What's to be feared in this? (വാട്ട്സ് റ്റു ബി ഫിയേഡ് ഇൻ ദിസ്?)
അവൻ എന്റെ അറിവോടു കൂടിയാണ് ഇത് ചെയ്തത്.	He did it with my consent. (ഹി ഡിഡ് ഇറ്റ് വിത്ത് മൈ കൺസെന്റ്).

മൗനം സമ്മതമാണ്.
Silence shows consent. (സൈലൻസ് ഷോസ് കൺസെന്റ്).

എന്റെ അഭിപ്രായത്തിൽ അവൻ ഒരു കുറ്റക്കാരനാണ്.
In my opinion he is a culprit. (ഇൻ മൈ ഒപ്പീനിയൻ ഈ ഈസ് എ കൾപ്റിറ്റ്.)

വിഷമിക്കാൻ ഒന്നുമില്ല.
There is nothing to worry about. (ദേർ ഈസ് നത്തിങ്ങ് റ്റു വറി എബൗട്ട്).

27

പ്രേമവും വിവാഹവും

LOVE AND MARRIAGE (ലൗ അന്റ് മാരേജ്)

സ്നേഹമാണ് ജീവിതം
Love is life. (ലൗവ് ഇസ് ലൈഫ്)

ഇത് പ്രകൃത്യ ഉള്ളതാണ്
It is natural also. (ഇറ്റ് ഇസ് നാച്ചുരൽ)

സ്നേഹത്തിന് പല ഭാവങ്ങളുണ്ട്.
Love has many forms. (ലൗവ് ഹാസ് മെനി ഫാമ്സ്)

ദേശസ്നേഹം അതിലൊന്നാണ്.
Patriotism is one of them. (പാറ്റ്റിയാട്ടിസം ഇസ് ഒൺ ഓഫ് തെം).

ഞാൻ അവനോട് പ്രേമത്തിലായി
I fell in love with him. (ഐ ഫെൽ ഇൻ ലൗവ് വിത്ത് ഹിം).

അവരുടേത് പ്രേമ വിഹാഹമായിരുന്നു.
There's was love-marriage. (ദേർസ് വാസ് ലൗവ്-മാരേജ്)

അത്, കാമമാണ്, പ്രേമമല്ല
It is lust, not love. (ഇറ്റ് ഈസ് ലസ്റ്റ്, നോട്ട് ലൗവ്)

കഥയിലെ കാമുകൻ പ്രിയതമയുമായി ഒളിച്ചോടി പോകുന്നു.
The lover elopes with the beloved in the story. (ദി ലൗവർ എലോപ്പ്സ് വിത്ത് ദ ബിലൗഡ് ഇൻ ദ സ്റ്റോറി)

ദിനകർ വിഷാദ കാമുകനാണ്.
Dinakar is a dejected lover. (ദിനകർ ഇസ് എ ഡിജക്ക്റ്റഡ് ലൗവർ)

എത്ര യൗവനയുക്തനായ കാമുകനായിരുന്നു അവൻ.
What a youthful lover he was. (വാട് എ യൂത്ത്ഫുൾ ലൗവർ ഹീ വാസ്)

പൂവാലന്മാരായ കാമുകരെ ആർ വിശ്വസിക്കും.
Who can trust frivolous lovers? ഹൂ കാൻ ട്രസ്റ്റ് ഫ്രിവോലൽസ് ലൗവർസ്

ഇതു പോലുള്ള പ്രേമം അധികനാൾ നിലനിൽക്കൂല്ല.	Such love as this does not last long. (സച്ച് ലൗവ് ആസ് ദിസ് ഡസ് നോട്ട് ലാങ്ങ്).
സ്നേഹം ദൈവാണെന്ന് സത്യമായി പറയപ്പട്ടിരിക്കുന്നു.	It is truly said that love is god. (ഇറ്റ് ഈസ് ട്രൂലി സെഡ് ദാറ്റ് ലൗവ് ഈസ് ഗോഡ്)
നി എത്ര നാളായി അവളോട് പ്രേമത്തിലായിട്ട്.	How long have you been in love with her? (ഹൗ ലാങ്ങ് ഹാവ് യു ബീൻ ഇൻ ലൗവ് വിത്ത് ഹേർ ?)
പ്രേമത്തിന് കണ്ണില്ല.	Love is blind. (ലൗവ് ഇസ് ബ്ളൈന്റ്)
പ്രേമത്തിലും യുദ്ധത്തിലും എല്ലാം ന്യായം തന്നെ.	Everything is fair in love and war. (എവരിതിങ്ങ് ഈസ് ഫേർ ഇൻ ലൗവ് അന്റ് വാർ)
അവന് അവളോട് ഭ്രമമാണ്.	He is crazy after her. (ഈ ഇസ് ക്രേസി അഫ്റ്റർ ഹേർ.
പ്രേമഭ്രാന്തിയായ മീരയെ ആർക്കാണറിയാത്തത് ?	Who does not know love-mad Meera? (വൂ ഡസ് നാട്ട് നോ ലൗവ് മാഡ് മീറ ?)
കാമസക്തി പ്രേമത്തിന്റെ ശത്രുവാണ്.	Lust is an enemy of love. (ലസ്റ്റ് ഈസ് എൻ എനിമി ഓഫ് ലൗവ്)
പ്രേമത്തിന്റെ പാത കൊടുക്കലിന്റേയും ത്യാഗത്തിന്റേതുമാണ്.	The path of love is of giving and sacrifice. (ദി പാത്ത് ഓഫ് ലൗവ് ഈസ് ഓഫ് ഗിവിങ്ങ് അന്റ് സാക്രിഫൈസ്.
പ്രേമത്തിമാകുന്നത് വേദനയിൽ തുടിക്കാൻ.	To love is to writhe with pain. (ടു ലൗവ് ഇസ് ടു വ്രിത്ത് വിത്ത് പെയിൻ).
അവരുടേത് നിശ്ചയിച്ചുറപ്പിച്ച വിവാഹമായിരുന്ന.	Their marriage was arranged one. (ദേർ മേരേജ് വാസ് അറേഞ്ജ്ഡ് ഓൺ).
വിവാഹം ഒരു സാമൂഹികാചാരമാണ്	Marriage is a social custom. (മാരേജ് ഈസ് എ സോഷിയൽ കസ്റ്റം).
പ്രേമവും വിവാഹവും രണ്ടു വ്യത്യസ്ത കാര്യങ്ങളാണ്.	Love and marriage are two different things. ലൗവ് അന്റ് മാരേജ് ആർ റ്റൂ ഡിഫറന്റ് ഫീലിങ്ങ്സ്).
പ്രേമം വിവാഹത്തിൽ കലാശിക്കണം എന്ന് നിർബന്ധമില്ല.	It is not necessary that love should end in marriage. (ഇറ്റ് ഇസ്

നാട്ട് നെസ്സസറി ദാറ്റ് ലൗവ് ഷുഡ് എന്റ് എൻഡ് മാരേജ്).

ശൈശവ വിവാഹം ഒരു കുറ്റകൃത്യമാണ്. — Child-marriage is a crime. (ചൈൽഡ് മാര്യേജ് ഈസ് എ ക്രൈം)

സ്ത്രീധനം ഒരു സാമൂഹിക തിന്മയാണ്. — Dowry is a social evil. (ഡൗറി ഇസ് എ സോഷ്യൽ ഈവിൾ.)

അത് ഒരു അനുയോജ്യമല്ലാത്ത വിവാഹമായിരുന്നു. — That was an unequal marriage. (ദാറ്റ് വാസ് ഏൻ ആണികൃൽ മേറേജ്.)

അവന്റെ വിവാഹം നീട്ടി വയ്ക്കപ്പെട്ടു. — His marriage has been postponed. (ഹിസ് മേറേജ് ഹാസ് ബീൻ പോസ്റ്റ്പോൺമെന്റ്.)

വിവാഹമോചന വ്യവഹാരങ്ങൾ നാൾക്കു നാൾ വർദ്ധിക്കുന്നു. — The cases of divorce are increasing day by day. (ദ കേസസ് ഓഫ് ഡൈവോസ് ആർ ഇൻക്രീസ് ഡേ ബൈ ഡേ.)

അവൻ ഒരു വിവാഹമോചിതമാണ്. — He is a divorcee. (ഹീ ഈസ് എ ഡൈവോസ്.)

28
ഡോക്ടറും രോഗിയും
THE DOCTOR AND THE PATIENT
(ദി ഡാക്ട്ടർ അന്റ് ദ പേഷന്റ്)

നമസ്കാരം, ഡോക്ടർ. — Good evening, doctor. (ഗുഡ് ഈവനിങ്ങ് ഡാക്ടർ)

നമസ്ക്കാരം എന്നോട് പറയൂ സുഖം തന്നെയല്ലേ. — Good evening, tell me how do you do? (ഗുഡ് ഈവനിങ്ങ്, റ്റെൽ മീ ഹൗ ഡു യൂ ടു.)

എനിക്ക് സുഖമില്ല. ഇന്നലെ മുതൽ ഞാൻ പനിമൂലം കഷ്ടപ്പെടുന്നു. — I'm unwell. I have been suffering from fever since yesterday. (ഐ അം അൺവെൻ ഹൈ ഹാവ് ബീൻ സഫറിങ്ങ് ഫ്രം ഫീവർ സിൻസ് യെസ്റ്റർഡേ.)

ഇത് മലമ്പനിപോലെ തോന്നുന്നു. — It seems to be malaria. (ഇറ്റ് സീംസ് റ്റു ബി മലേറിയ)

അതേ, ഇതു മലമ്പനി തന്നെ, ഞാൻ എന്റെ രക്തം പരിശോധിച്ചു. അവർ അത് സ്ഥിരീകരിച്ചു. — Yes, it is malaria. I got my blood checked. They have diagnosed malaria. (എസ്സ് ഇറ്റ് ഇസ് മലേറിയ, ഐ

	ഗെറ്റ് മൈ ബ്ലഡ് ചെക്ക്സ്, ദേ ഹാവ് ഡൈഗണൈസ്ഡ്.)
വേറെ എന്തെങ്കിലും രോഗത്താൽ നീ കഷ്ടപ്പെടുന്നുവോ.	Do you suffer from any other ailment?(ഡു യു സഫർ ഫ്രം മലേറിയ എനി അതർ എലിമെന്റ്)
അതെ, തൊണ്ടയിൽ കമകമപ്പ്, ശരീരം മുഴുവൻ വേദനിക്കുന്നു. പനിക്ക് മുമ്പ് എനിക്ക് വിറയ്ക്കുന്നു.	Yes, I have sore throat and my whole body is aching. Before fever I feel shivering. (എസ്, ഐ ഹാവ് സോർ ത്രോട്ട് ആന്റ് മൈ ഹോൾ ബാഡി ഇസ് എക്കീങ്ങ്, ബിഫോർ ഫീവർ ഐ ഫീൽ ഷിഫറിങ്ങ്.)
കാര്യമാക്കണ്ട, അത് ശരിയാകും. ഞാൻ നിങ്ങളുടെ നാഡി തുടിപ്പ് നോക്കട്ടെ.	Never mind. It will be all right. Let me feel the pulse.(നെവർ മൈന്റ്. ഇറ്റ് വിൽ ബി ആൾ റൈറ്റ്. ലെറ്റ് മി ഫിൽ ദ പൾസ്.)
രാത്രി മുഴുവനും എനിക്ക് ഉറങ്ങാൻ കഴിഞ്ഞില്ല. ഞാൻ ചുമച്ചു കൊണ്ടേയിരുന്നു. പെട്ടെന്ന് വിടുതൽ തരുന്ന തരം മരുന്ന് തരിക.	I could not sleep the whole night. I kept on coughing. Give me some such medicine that I may feel early relief. (ഐ കുഡ് നോട്ട് സ്ലീപ്പ് ദ ഹോൾ നൈറ്റ്. ഐ കെപ്റ്റ് ഓൺ കഫ്വിങ്ങ്. ഗിവ് മീ സം സച്ച് മെഡിസൺ ദാറ്റ് ഐ മേ ഫീൽ എർലി റിലിഫ്.)
നിങ്ങൾ വിഷമിക്കണ്ട നിങ്ങൾക്ക് നേരിയ പനിയുണ്ട്. ഈ മരുന്ന് കഴിക്കൂ. രണ്ടു ദിവസത്തിൽ നിങ്ങൾക്ക് ശരിയാകും.	You need not worry. You have slight fever now. Take this medicine, you will be all right in two days.(യു നീഡ് നോട്ട് വറി. യൂ ഹാവ് സ്ലൈറ്റ് ഫീവർ നൗ. റ്റേക്ക് ദിസ് മെഡിസൺ, യു വിൽ ബി ആൾ റൈറ്റ് ഇൻ റ്റു ഡേയ്സ്.)
രണ്ടു നാളുകൾക്കു ശേഷം ഞാൻ ഒരു പരീക്ഷ എഴുതണം, ആയതിനാൽ ഞാൻ വളരെ വിഷമിച്ചിരിക്കുന്നു.	I have to take an examination after two days. Therefore, I'm much worried. (ഐ ഹാവ് റ്റു റ്റേക്ക് ഏൻ എക്സാമിനേഷൻ ആഫ്റ്റർ റ്റു ഡേയ്സ് ദേർഫോർ, ഐ അം മച്ച് വറീഡ്.)
ഓ, അങ്ങനെയോ, ഞാൻ നിങ്ങൾക്ക് മരുന്നു ഉള്ളിലേക്ക്	Well, is it so. I am giving you an injection. You will recover more

ചെലുത്താം. നിങ്ങൾ പെട്ടെന്ന് സുഖമാകും. | quickly. (വെൽ, ഇസ് ഇറ്റ് സോ. ഐ ആം ഗിവ്വിങ്ങ് യൂ ആൻ ഇൻജക്ഷൻ. യൂ വിൽ രിക്കവർ മോർ കിക്കലി.)

നന്ദി, വൈദ്യനെ. | Thank you doctor! (താങ്ക് യൂ ഡാക്ടർ.)

ഇപ്പം നിങ്ങളുടെ നാക്കും തൊണ്ടയും കാണിക്കുക - ആ കാണിക്കൂ ! | Now, show me your tongue and throat. Say Aa! (നൗ, ഷോ മീ യുവർ റ്റങ്ങ് ആന്റ് ത്രോട്ട് സേയ് ആ)

Aa! Aa! (ആ ! ആ !.)

തൊണ്ട വളരെ മോശമായിരിക്കുന്നു. എന്നാൽ അത് സാരമില്ല. ഈ കുഴമ്പ് ദിവസം മൂന്നു പ്രാവശ്യം മേയ്ക്കുക. ഉപ്പു കലർത്തിയ ചൂടു വെള്ളത്തിൽ വായ് കൊപ്പിളിക്കുക. | The throat is very bad, but it does not matter. Apply this paint thrice daily and gargle with hot water mixed with salt. (ദി ത്രോട്ട് ഇസ് വെരി ബാഡ്, ബട്ട് ഇറ്റ് ഡസ് നോട്ട് മാറ്റർ. അപ്ലൈ ദിസ് ആയിൽമെന്റ് ത്രൈസ് ഡെയ്‌ലി ആന്റ് ഗാർഗിൾ വിത്ത് ഹാട്ട് വാട്ടർ മിക്സ്ഡ് വിത്ത് സാൾട്ട്.)

എന്തെങ്കിലും ഒഴിവാക്കണമോ. | Any abstinence. (എനി അഭ്സ്റ്റിനന്റ്)

നിങ്ങൾ എല്ലാം കഴിക്കാം പക്ഷേ വറുത്തത് ഒഴിവാക്കുക. പൂർണ്ണ വിശ്രമം ആവശ്യമാണ്. | You can take every thing but avoid fried things. Complete rest is also essential. (യൂ കേൻ റ്റേക്ക് എവരി തിങ്ങ് ബട്ട് അവായ്സ് ഫ്രൈഡ് നിങ്ങ്സ്. കമ്പ്ലീറ്റ് റെസ്റ്റ് ഇസ് ആൾസോ എസൻഷിയൽ.)

നല്ലത്, ഞാൻ എപ്പോൾ ഇനിയും വരണം മറ്റും ഈ മരുന്നുകൾ എങ്ങനെ കഴിക്കണം. | Well, when should I come next. And how these medicines are to be taken? (വെൽ, വെൻ ഷുഡ് ഹൗ കം നെക്സ്റ്ററ് അന്റ് ഹൗ ദിസ്സ് ടെസിഷൺ ആർ റ്റു ബി റ്റേക്കൺ)

ഇത് കലവ, ഇത് ചുമ ശർക്കരപ്പാവ് ഓരോ മൂന്നു മണിക്കൂറിലും ഇത് കഴിക്കൂ. | This is mixture. This is cough syrup. Take these at every three hours. (ദിസ്സ് ഇസ്സ് മിക്ക്സ്സ്ചർ. ദിസ്സ് ഇസ്സ് കാഫ് സിറപ്പ്. റ്റേക്ക് ദിസ്സ് അറ്റ് എവരി ത്രീ ഹവർസ്സ്.)

വൈദ്യനെ ഞാൻ എത്ര രൂപ | How much I have to pay doctor?

തരണം	(ഹൗ മച്ച് ഐ ഹാവ് റ്റൂ പേയ് ഡാക്ക്ട്ടർ)
മൊത്തതിൽ ഇരുപത്തിയഞ്ചു രൂപ.	In all twenty-five rupees. (ഇൻ ആൽ റ്റ്വെന്റി ഫൈവ് രുപീസ്)
ഇതാ ഇവിടെ ഇത്, ദയവായി	Here it is please.(ഹിയർ ഇറ്റ് ഇസ്സ് പ്ലീസ്സ്)
നന്ദി	Thanks! (താങ്ക്സ്സ്)
വൈദ്യനെ നന്ദി. ഞാൻ നാളെ വൈകുന്നേരം വരാം, ആവശ്യരെങ്കിൽ.	Thank you doctor. I shall come tomorrow in the evening if need be, good night. (താങ്ക്യൂ ഡാക്ക്ട്ടർ. ഐ ഷാൽ കം ട്ടുമാരോ ഇൻ ദ ഈവ്നിങ്ങ്, ഇഫ് നീഡ് ബീ, ഗുഡ് നൈറ്റ്)
ശുഭരാത്രി.	Good night. (ഗുഡ് നൈറ്റ്)

28

അച്ഛനും മകളും

FATHER AND DAUGHTER (ഫാദർ അന്റ് ഡാട്ടർ)

നല്ല രാവിലെ, അച്ഛാ	Good morning papa.(ഗുഡ് മാർണിങ്ങ്, പപ്പ)
ഓ എന്റെ കുട്ടി, നല്ല രാവിലെ	Oh my child! Good morning. (ഹോ മൈ ചൈൽഡ്, ഗുഡ് മാർണിങ്ങ്)
ഇപ്പം സമയം ഏഴ് എന്ന് നിനക്ക് അറിയാമോ	Do you know it is already seven. (ഡൂ യു നോ ഇറ്റ് ഇസ്സ് ആൾറെഡി സെവൻ)
ഞാൻ കിടക്കാൻ പോയത് ഇന്നലെ താമസിച്ചാണ്. രാവിലെ നേരത്തെ എഴുന്നേൽക്കുവാൻ പറ്റിയില്ല.	I went to bed late last night Could not wake up in the morning. (ഐ വെന്റ് റ്റൂ ബെഡ് ലേറ്റ് ലാസ്സ്റ്റ് നൈറ്റ്. കുഡ് നാട്ട് വേക്ക് അപ്പ് ഇൻ ദ മാർണിങ്ങ്)
ഇവിടെ നിങ്ങളുടെ ചായ	Here is your tea.(ഹിയർ ഇസ്സ് യുവർ ടീ)
നന്ദി എന്റെ കുട്ടി. ഇതിന്റെ രുചീ വളരെ നല്ലത്. ആര് ഇത് ഉണ്ടാക്കി	Thank you my child. It tastes so good. Who has prepared it? (താങ്ക് യൂ മൈ ചൈൽഡ്. ഇറ്റ് റ്റേസ്സ്റ്റ്സ്സ് സോ ഗുഡ്. ഹൂ ഇസ്സ് പ്രിപ്പേർഡ് ഇറ്റ്)

അമ്മ ഉണ്ടാക്കി	Mummy prepared. (മമ്മീ പ്രിപ്പേർഡ്)
നല്ലത്, ഇന്നത്തെ വർത്തമാന പത്രം എനിക്ക് താ.	Well, get me today's newspaper. (വെൽ, ഗെറ്റ് മീ റ്റുഡേയ്സ്സ് ന്യൂസ്സ് പേപ്പർ)
ഞാൻ ഉടനെ അത് കൊണ്ടു വരാം	I shall just get it. (ഐ ഷാൽ ജസ്റ്റ് ഗെറ്റ് ഇറ്റ്)
നിന്റെ അമ്മ എവിടെ	Where is your mummy? (വേർ ഇസ്സ് യുവർ മമ്മി)
അടുക്കളയിൽ അവർ പ്രാതൽ പാചകം ചെയ്യുന്നു	In the kitchen. She is cooking breakfast. (ഇൻ ദ കിച്ചൺ, ഷി ഇസ്സ് കുക്കിങ്ങ് ബ്രേക്ക്ഫാസ്റ്റ്)
ഇന്ന് എന്തെങ്കിലും വിശേഷമായ ഭക്ഷ്യം ഉണ്ടോ	Is there any special dish today? (ഇസ്സ് ദേർ എനി സ്പെഷൽ ഡിഷ് റ്റുഡേ)
അതെ അച്ചാ, ക്യാരട്ട് ഹൽവാ	Yes father, carrot halwa.(എസ്സ് ഫാദർ, ക്യാരറ്റ് ഹൽവാ)
പിന്നെ വേറെ എന്ത്	And what else? (അന്റ് വാട്ട് എൽസ്സ്)
ഉറുളക്കിഴങ്ങ് നിറച്ച പറാന്തിസ്സ്	Paranthas stuffed with potatoes. (പറാന്താസ്സ് സ്റ്റഫ്സ് വിത്ത് പൊട്ടേറ്റോസ്സ്)
ഇവ എന്റെ ഇഷ്ട്ടപ്പെട്ട ഭക്ഷ്യം എന്റെ വായിൽ വെള്ളം ഊറുവാൻ തുടങ്ങി.	These are my favourite dishes. My mouth has began to water. (ദീസ്സ് ആർ മൈ ഫേവറൈറ്റ് ഡിഷസ്സ്. മൈ മൗത്ത് ഹാസ്സ് ബിഗിൻ റ്റൂ വാട്ടർ
ഞങ്ങൾ അറിയും നിങ്ങളുടെ ഇഷ്ടപ്പെട്ട ഭക്ഷ്യങ്ങൾ. അത് കൊണ്ടാണ് അവ ഇന്ന് ചെയ്യപ്പെട്ടത്	We know your favourite dishes. That's why they are made today. (വീ നോ യുവർ ഫേവറൈറ്റ് ഡിഷസ്സ്. ദറ്റീസ്സ് വൈ ദേ ആർ മേഡ് റ്റുഡേ)
എന്നാൽ പിന്നെ ഞാൻ എന്റെ കുളി പെട്ടെന്ന് തീർക്കാം	Then I shall get my bathing finished soon. (ദെൻ ഐ ഷാൽ ഗെറ്റ് മൈ ഭാത്ത് ഫിനിഷ്സ്സ് സൂൺ)
എന്നാൽ വാപ്പ, ഒരു കാര്യമുണ്ട്.	But papa, there is one thing.(ബട്ട് വാപ്പ്, ദേർ ഇസ്സ് വൊൺ തിങ്ങ്)
എന്താ അത് കുട്ടി	what's that child?(വാട്ടിസ്സ് ദാട്ട് ചൈൽഡ് ?)
പപ്പ ആണയിട്ടത് ഓർക്കുന്നു	Do you remember your

ണ്ടോ ? promise?(ടൂയു രിമംബർ യുവർ പ്രാമിസ്സ്)

ഇന്ന് ഞായറാഴ്ചയാണ്. Today is Sunday (റ്റൂഡേ ഇസ്സ് സൺഡേ).

എന്ത് ആണ ഞാൻ ഓർക്കുന്നില്ല Which promise? I don't remember. (വിച്ച് പ്രാമിസ്സ്, ഐ ഡോൺഡ് റിമംബർ)

നിങ്ങൾ ഞങ്ങളെ മ്രിഗ ശാലയ്ക്ക് കൂട്ടി കൊണ്ട് പോകണം You have to take us to Zoo.(യൂ ഹാവ് റ്റൂ റ്റേക്ക് അസ്സ് റ്റൂ സൂ)

ഓ, ഞാൻ ഇപ്പോൾ ഓർക്കുന്നു. എന്നാൽ ഞാൻ ഇന്ന് വളരെ തിരക്കിലാണ് Oh, I remember now. But today I am very busy. (ഓ, ഐ റിമംബർ നൗ ബട്ട് റ്റുഡേ ഐ ഹേം വെരി ബിസ്സി)

ഞാൻ എന്റെ സുഹുർത്തുക്കളെ ക്ഷണിച്ചിറ്റുണ്ട് I have invited my friends. (ഐ ഹാവ് ഇൻവൈറ്റഡ് മൈ ഫ്രൻണ്ട്സ്സ്)

അവർ എപ്പോൾ വരും At what time will they come? (അറ്റ് വാട്ട് ടൈം വിൽ ദേ കം ?)

ഏതാണ്ട് പതിനൊന്നു മണിക്ക് At about eleven O'clock. (അറ്റ് അബൌട്ട് ലെവൻ ഓ ക്ളാക്ക് ?)

ശരി, ഞാൻ എന്റെ ജോലി പതിനൊന്നു മണിക്ക് ചെയ്തു തീർക്കാൻ ശ്രമിക്കാം. all right, I shall try to finish my work by eleven. (ആൾ റൈറ്റ്, ഐ ഷാൽ ട്രൈ റ്റൂ ഫിനിഷ് മൈ വൊർക്ക് ബൈ ലെവൻ)

നന്ദി അച്ചാ ! നിങ്ങൾ എപ്പോഴും എത്ര നന്നായിരിക്കുന്നു ! Thank you father! How nice you always have been! (താങ്കയൂ ഫാദർ, ഹൗ നൈസ്സ് യൂ ആൾവേസ്സ് ഹാവ് ബീൻ)

30

അമ്മയും മകനും
MOTHER AND SON (മദർ അന്റ് സൺ)

നീ തിരിച്ചു വന്നുവോ ? നീ ഇന്ന് വളരെ താമസിച്ചു പോയോ You are back my son? Today you are very late. (യൂ ആർ ബാക്ക് മൈ സൺ ? റ്റുഡേ യൂ ആർ വെരി ലേറ്റ്)

അതെ അമ്മേ, ഞാൻ താമസിച്ചു. ഞങ്ങളുടെ പള്ളിക്കൂടത്തിൽ ഒരു കാറപടി പന്തയമുണ്ടായിരുന്നു Yes mother, I am late. There was a hockey match in our school today. (എസ്സ് മദർ, ഐ ആം ലേറ്റ്.

ദേർ വാസ്സ് എ ഹാക്കി മാച്ച് ഇൻ അവർ സ്കൂൾ റ്റുഡേ)

നീ ക്ഷീണിതനായി കാണുന്നു — It seems you are tired.(ഇറ്റ് സീംസ്സ് യൂ ആർ റ്റയർഡ്)

അതെ ഞാൻ എന്നെ തന്നെ കഴുകുവാൻ പോകുന്നു. തൽ സമയം നിങ്ങൾ ചായ ഉണ്ടാക്കൂ. എനിക്ക് വിശക്കുന്നു — Yes, I am going to wash myself.Meanwhile you prepare tea. I feel very hungry. (എസ്സ്, ഐ ആം ഗോയിങ്ങ് റ്റൂ വാഷ് മൈസെൽഫ. മീൻവൈൽ യു പ്രിപ്പേർ ട്ടീ. ഐ ഫീൽ വെരി ഹംഗ്രീ)

ചായയുടെ കൂടെ നിനക്ക് എന്ത് ഇഷ്ടം — What would you like with tea? (വാട്ട് വുഡ് യൂ ലൈക്ക് വിത്ത് റ്റീ)

എന്റെ വിശപ്പ് അടുക്കുന്ന എന്തെങ്കിലും — Anything which may satisfy my hunger. (എനി തിങ്ങ് വിച്ച് മേ സാറ്റിസ്സ്ഫൈ മൈ ഹങ്ങ്ഗർ)

നീ നിന്റെ ഇഷ്ടം പറയുക — You tell me your choice.(യൂ റ്റെൽ മീ യുവർ ചായ്സ്സ്)

നല്ലത്, വറുത്ത പക്കോടായും തക്കാളി സാൻഡ്‌വിച്ച് — Well, fry pakoras and prepare some tomato sandwich. (വെൽ, ഫ്രൈ പക്കോറാസ്സ് അന്റ് പ്രിപ്പേർ സം റ്റൊമാറ്റോ സാൻഡ്‌വിച്ച്)

ശരി, കുറച്ചു മധുരവുമുണ്ട്. അത് മോഹൻസ്സിൽ നിന്ന് വന്നതാണ് — Okay, there is some sweet also, It has come from Mohan's. (ഓകേ, ദേർ ഇസ്സ് സം സ്വീറ്റ്സ്സ് ആൾസ്സോ, ഇറ്റ് ഹാസ്സ് കം ഫ്രം മോഹൻസ്സ്)

മോഹൻസ്സിൽ എന്തായിരുന്നു — What was there at Mohan's? (വാട്ട് ഹിസ്സ് ദേർ അറ്റ് മോഹൻസ്സ് ?)

അവന്റെ മൂത്ത സഹോദരന്റെ വിവാഹ നിശ്ചയമായിരുന്നു. നാം ക്ഷണിക്കപ്പെട്ടിരുന്നു, എന്നാൽ ഞാൻ മറന്നു പോയി. — His elder brother has been engaged. We were also invited but I forgot to tell you. (ഹിസ്സ് എൽഡർ ബ്രദർ ഹാസ്സ് ബീൻ എൻഗേജ്സ്. വീ വേർ ആൾസ്സോ ഇൻവൈറ്റഡ് ബട്ട് ഫർഗാട്ട് റ്റൂ റ്റെൽ യൂ.)

നല്ലത്, നീ നിന്റെ വസ്ത്രം മാറ്റുക. ഞാൻ നിനക്ക് പലഹാരം കൊണ്ടു വരുന്നു — Well, you change your clothes. I am bringing refreshment.(വെൽ, യൂ ചേയ്ഞ്ച് യുവർ ക്ളോത്ത്സ്സ്. ഐ അം ബ്രിങ്ങിങ്ങ് റെഫ്രെഷ്മെന്റ്)

ഞാൻ വസ്ത്രം മാറ്റുന്നില്ല. ഞാൻ പ്രാതൽ കഴിച്ച ശേഷമേ പോകു — I shall not change clothes. I have to go after breakfast. (ഐ ഷാൽ

ന്നുള്ളു	നാട്ട് ചേയ്ഞ്ച് ക്ളോത്ത്സ്സ്. ഐ ഹാവ് റ്റു ഗോ ആഫ്റ്റർ ബ്രേക്ക്ഫാസ്റ്റ്)
പക്ഷേ – എവിടെ ?	But where? (ബട്ട് വേർ ?)
രഹീമിനെ കാണുവാൻ.	To see Rahim. (റ്റു സീ റെഹിം)
ഇപ്പോ, എന്തിനായി ?	Just now. what for? (ஜஸ்ட் நௌ, வாட் ஃபார்?)
അവൻ ചില നാളായി സുഖമില്ലാതിരിക്കുന്നു. ചിലപ്പോൾ അത് മലസനിയായിരിക്കാം.	He has been ill for some days. Perhaps it is malaria. (ജസ്റ്റ് നൗ, വാട്ട് ഫാർ ഹി ഹാസ്സ് ബീൻ ഇയർ ഫാർ സം ഡേയ്സ്സ്. പെർഹാപ്പ്സ്സ് ഇറ്റീസ്സ് മലേറിയ.)
അത്താഴ സമയത്ത് നീ തിരിച്ചു വരുമോ ?	Will you be back for dinner time? (വിൽ യൂ ബീ ബാക്ക് ബൈ ഡിന്നർ ടൈം)
അതെ, ഞാൻ അത്താഴ സമയം തിരിച്ചു വരും. ഗിരീഷ് എന്റെ കൂടെ വരും. അവൻ എന്റെ കൂടെ ഭക്ഷിക്കും	Yes, I shall be back by that time. Girish will be with me. He will dine with me. (എസ്സ്, ഐ ഷാൽ ബീ ബാക്ക് ബൈ ഡിന്നർ ടൈം. ഗിരീഷ് വിൽ ബി വിത്ത് മീ, ഹീ വിൽ ഡൈൻ വിത്ത് മീ)
നീ അവനെ ക്ഷണിച്ചുവോ ?	Have you invited him? (ഹാവ് യൂ ഇൻവൈറ്റഡ് ഹിം ?)
അതെ. അവന്റെ അമ്മ അവരുടെ മാതാപിതാക്കളുടെ അടുത്തേയ്ക്ക് പോയി.	Yes, His mother has gone to her parents. (എസ്സ്, ഹിസ്സ് മദർ ഹാസ്സ് ഗാൺ ടൂ ഹെർ പാരൺസ്സ്)
അങ്ങനെയോ, എന്നാൽ അവനെ തീർച്ചയായും കൊണ്ടുവാ. റഹീമോട് ബസിൽ ചായ കഴിക്കാൻ പറ. അത് മലസനിക്ക് നല്ലത്	It is so, then bring him surely. Yes, tell Rahim to take basil tea. It is good in malaria. (ഇറ്റ് ഇസ്സ് സോ, ദെൻ ബ്രിങ്ങ് ഹിം ശുവർലി. എസ്സ്, റ്റെൽ റഹിം റ്റു റ്റേക്ക് ബസിൽ റ്റീ. ഇറ്റ് ഇസ്സ് ഗുഡ് ഫാർ മലേറിയ)

31

മൃഗശാലയിലേക്ക് ഒരു സന്ദർശനം

A VISIT TO THE ZOO

(എ വിസിറ്റ് ടു ദ സൂ)

ഗോപാൽ നീ ഇന്നലെ എവിടെയായിരുന്നു	Where had you been yesterday Gopal? (വേർ ഹാവ് യൂ ബീൻ എസ്സ്റ്റർഡേ ഗോപാൽ ?)
ഇന്നലെ ? ഇന്നലെ ഞാൻ മൃഗശാല സന്ദർശിക്കാൻ പോയി	Yesterday? Yesterday I had been to the zoo. (എസ്സ്റ്റർഡേ ? എസ്സ്റ്റർഡേ ഐ ഹാവ് ബീൻ റ്റൂ ദ സൂ.)
നീ തനിച്ചാണോ പോയോ ?	Did you go alone? (ഡിഡ് യൂ ഗോ അലോൻ ?)
തീർത്തും അല്ല ഞാൻ എന്തിന് തനിച്ച് പോണം. അച്ചൻ എന്റെ കൂടെ ഉണ്ടായിരുന്നു. എന്റെ ഇളയ സഹോദരി ലീലയും കൂടെ ഉണ്ടായിരുന്നു	Not at all, Why I should have gone alone. Father was with me and Younger sister Leela was also there.(നോട്ട് അറ്റ് ആൾ, ദയ് (ഐ) ഷുഡ് ഗോ അലോൺ, ഫാദർ വാസ്സ് വിത്ത് മീ അനി എങ്ങ്ഗർ സിസ്സ്റ്റർ ലീല വാസ്സ് ആൾസ്സോ ദേർ)
നീ എന്തു കൊണ്ട് എന്നോട് പറഞ്ഞില്ല. ഞാനും കൂടെ വരുമായിരുന്നു. നീ ആദ്യമായിട്ടാണോ പോയത് ?	Why did you not tell me? I could have accompanied. Did you go for the first time. (വെ ഡിഡ് യൂ നാട്ട് റ്റെൽ മീ ? ഐ കുഡ് ഹാവ് അക്കംബനിഡ്. ഡിസ് യൂ ഗോ ഫാർ ദി ഫസ്റ്റ് ടൈം)
അത് നേരത്തെ തീരുമാനിച്ചില്ലായിരുന്നു. ഇല്ലെങ്കിൽ ഞാൻ നിന്നോട് പറഞ്ഞേനെ. ഞാൻ മുൻപേ അത് രണ്ടു പ്രാവശ്യം സന്ദർശിച്ചു കഴിഞ്ഞു.	It was not pre-planned, other wise I would have told you. I have already visited it twice.(ഇറ്റ് വാസ്സ് നാട്ട് പ്രിപ്ളാൻഡ്, അതർവൈസ്സ് ഐ വുഡ് ഹാവ് റ്റോൾഡ് യൂ. ഐ ഹാവ് ആൾറെഡി വിസിറ്റഡ് ഇറ്റ് റ്റ്വയ്സ്സ)
ഞാനും ഒരിക്കൽ സന്ദർശിച്ചിട്ടുണ്ട്. ബോംബേയിലെ മൃഗശാലയും	I too have visited once. I have seen the zoo of Bombay also, but

ഞാൻ കണ്ടിട്ടുണ്ട്. പക്ഷേ അപ്പോൾ ഞാൻ വളരെ ചെറുപ്പമായിരുന്നു.

then I was quite young. (ഐ റ്റു ഹാവ് വിസിറ്റസ് ഒൺസ് ഐ ഹാവ് സീൻ ദി സൂ ഓഫ് ബാംബേ ആൾഡേ; ബട്ട് ദെൻ ഐ ഹാസ് ക്വയറ്റ് യങ്ങ്.)

ബോംബേയിലെ മൃഗശാല എത്ര വലുതാണെന്നോ, അവിടെ എത്ര മൃഗങ്ങളുണ്ടെന്നോ !

How big is Bombay's zoo and how many animals there are! (ഹൗ ബിഗ് ഇസ് ബോംബേസ് സൂ ആന്റ് ഹൗ മെനി ആനിമൽ ആർ ദേർ.)

അവിടെ അധികം തിരക്ക് ഉണ്ടായിരുന്നോ

Was there great rush? (ഹാസ് ദേർ ഗ്രേറ്റ് റഷ്)

എപ്പോഴും സന്ദർശകരുടെ ഒരു വലിയ തിരക്കുണ്ട്. ജനങ്ങൾ ദൂരദേശത്തിൽ നിന്ന് സന്ദർശിക്കാൻ വരുന്നു. ഇന്നലെ ഞാറാഴ്ചയായിരുന്നു. പല പള്ളികൂടത്തിലെ കുട്ടികൾ വന്നിരുന്നു.

There is always a great rush of visitors. People come from far off places to visit. yesterday it was Sunday. Children of several schools had come.(ദേർ ഇസ് ആൾവേസ് എ ഗ്രേറ്റ് റഷ് ഓഫ് വിസിറ്റർസ്. പീപ്പിൾ കം ഫ്രം ഫാർ ഓഫ് പ്ളേസ്ഡ് റ്റു വിസിറ്റ്. യെസ്റ്റർഡേ ഇറ്റ് ഹാസ് സൺഡേ ചിൽഡ്രൻ ഓഫ് സെവറൽ സ്കൂൾഡ് ഹാഡ് കം.)

പിന്നെ, അത് വളരെ ആനന്ദകരമായിരിക്കും.

Then, it would have been a great enjoyment.(ദെൻ, ഇറ്റ് വുഡ് ഹാവ് സീൻ എ ഗ്രേറ്റ് എൻജായ്മെന്റ്.)

അതെ, അതു അങ്ങനെ തന്നെ ഞങ്ങൾ പ്രവേശന ടിറ്റക്കറ്റ് വാങ്ങിയിട്ട് അകത്തേക്ക് ചെന്നു. അവിടെ ഭംഗിയുള്ള വലിയ തടാകങ്ങളും ഉദ്യാനങ്ങളുമുണ്ട്.

Yes it is so, We purchased the entry tickets and went in. There are beautiful and big parks and lakes.(യെസ് ഇറ്റ് ഇസ് സോ, വി പർച്ചേസ്ഡ് ദി എൻട്രി റ്റിക്കറ്റ് ആന്റ് വെന്റ് ഇൻ ദേർ ആർ ബ്യൂട്ടിഫുൾ ആന്റ് ബിഗ് ഹാർക്കസ് ആന്റ് ലേക്ക്സ്.)

അവിടെ നി എന്തൊക്കെ കണ്ടു? അവിടെ ജിറാഫും ഉണ്ടായിരുന്നോ?

What did you see there? was the giraffe also there? (വാട്ട് ഡസ് യൂ സി ദേർ? വാസ് ദി ജിറാഫ് ആൾസോ ദേർ?)

ഓ അതെ, ഞങ്ങൾ ജിറാഫിനെ കണ്ടു. എന്തു വലിയ കഴുത്ത്. ഒട്ട

Oh yes, we saw giraffe too, What a big neck, bigger than that

കത്തിനെക്കാളും വലുതും അഴകു ള്ളതും.

of camel and beautiful! (ഓ യെസ്, വി സീ ജിറാഫ് റ്റു, വാട്ട് എ ബിഗ് നെക്ക്, ബിഗർ ദെൻ ദാറ്റ് ഓഫ് കമാൻ ആന്റ് ബ്യൂട്ടിഫുൾ)

നീ അവിടെ കണ്ട ചില പക്ഷികളു ടെയും മൃഗങ്ങളുടേയും പേര് പറയൂ.

Name some birds and animals which you saw there. (നേം സം ബർഡ്സ് അന്റ് അനിമൽസ് വിച്ച് യൂ സാ ദേർ).

അത് മുഴുവനും കാണുവാൻ ഞങ്ങൾക്ക് കഴിഞ്ഞില്ല, കാരണം ലീല പെട്ടന്ന് ക്ഷീണിതയായി. എങ്കിലും ഞങ്ങൾ മിക്കവാറും എല്ലാം കണ്ടു.

We could not see the whole of it, but even then we saw much of it. The reason was that Leela got tired very soon. (വീ കുഡ് നോട്ട് സീ ദ ഹോൾ ഓഫ് ഇറ്റ്, ബറ്റ് ഈവൻ ദെൻ വീ സാ മച്ച് ഓഫ് ഇറ്റ്. ദ രീസൻ വാസ് ദറ്റ് ലീല ഗാട്ട് റ്റൈയ്യർഡ് വെരി സൂൺ.)

നി അരയന്നങ്ങളെ കണ്ടിരിക്കാം.

You might have seen swans? (യൂ മെറ്റ് ഹാവ് സീൻ സ്വാൻസ് ?)

അതെ അരയന്നങ്ങളും. കറുത്ത അരയന്നം വളരെ അഴകുള്ളതായി രുന്നു. ഞങ്ങൾ വേറെ വളരെയ ധികം പക്ഷികളേയും കണ്ടു. പ്രാവു കൾ, താറാവുകൾ, തത്തകൾ, കുയി ലുകൾ, ബുൾബുള്ളുകൾ, കുരുവി കൾ അങ്ങനെ പലതും.

Yes, swans also. The black swan was looking so beautiful. We saw many other birds like pigeons, ducks, parrots, cuckoos, bulbuls and sparrows. (യെസ്, സ്വാൻ ആൽസോ. ദ ബ്ളാക് സ്വാൻ വാസ് ലുക്കിങ്ക് സോ ബ്യൂറ്റിഫുൽ. വീ സാ മെനി അതർ ബർഡ്സ് ലൈക്ക് പിജിയിൻസ്, ഡക്സ്, പേരട്ട്സ്, കുക്കൂസ്, ബുൾബുൾസ് അന്റ് സ്പരോസ്).

മൃഗങ്ങളോ ?

And animals? (അന്റ് അനിമൽസ്).

അവിടെ വെള്ള കടുവകൾ, കരടി കൾ, കാണ്ടാമൃഗം, നീർകുതിരകൾ, മാനുകൾ, കുരങ്ങുകൾ തുടങ്ങിയ പല മൃഗങ്ങളും ഉണ്ടായിരുന്നു.

There are white tigers, bears, rhinos, hippos, deer, monkeys etc. of all kind of animal. (ദേർ ആർ വൈറ്റ് ടൈഗർസ്, ബീയർസ്, റൈനോസ്, ഡീർ, മങ്കിസ്, എക്സട്രാ. ഓഫ് ആൾ കൈൻഡ് ഓഫ് അനിമൽ).

ഞാനും എന്നെങ്കിലും അവിടേക്ക് പോകുവാൻ ആഗ്രഹിക്കുന്നു.

I also desire to go there some time. (ഐ ആൾസോ ഡിസയർ ടു ഗോ ദേർ സംറ്റൈം).

32

ക്ലാസ്മുറിയിൽ

IN THE CLASSROOM (ഇൻ ദ ക്ലാസ്റൂം)

നമസ്കാരം, സാർ	Sir, good morning. (സർ ഗുഡ് മാർണിങ്ങ്.)
നമസ്കാരം, ആൺകുട്ടികളേ.	Good morning, boys. (ഗുഡ് മാർണിങ്ങ് ബായ്സ്.)
സാർ, ഇന്ന് കനത്ത മഴ ആയതിനാൽ എല്ലാ വിദ്യാർത്ഥികളും വന്നിട്ടില്ല. വഴിയിൽ എല്ലായിടത്തും. വെള്ളമാണ്.	Sir, it has been raining heavily today, all the students have not come. There is water every where in the way. (സർ, ഇറ്റ് ഹാസ് ബീൻ റെയ്നിങ്ങ് ഹെവിലി റ്റുഡേ, ആൾ ദി സ്റ്റുഡൻസ് ഹാവ് നോട്ട് കം. ദേർസ് വാട്ടർ എവിരിവേർ ഇൻ ദി വേയ്)
സാർ, മോഹന്റെ വീട്ടിൻ മേൽകൂര തകർന്നുവീണു.	Sir, the roof of Mohan's house has collapsed. (സർ, ദി റൂഫ് ഓഫ് മോഹൻസ് ഹൗസ് ഹാസ് കൊളാപ്സ്ഡ്.)
ആർകെങ്കിലും പരിക്ക് പറ്റിയോ ?	Has anybody been hurt. (ഹിസ് എനിബഡി ബീൻ ഹർട്ട്.)
ഇല്ല സാർ, ആർക്കും പരിക്ക് പറ്റിയില്ല.	No sir, no body was hurt. (നോ സർ, നോബടി വാസ് ഹർട്ട്)
നല്ലത്, ഞാൻ ഇന്ന് പുതിയ പാഠം തുടങ്ങുന്നില്ല. പൊതു ലിജ്ഞാനം ചർച്ച ചെയ്യാം. ശ്യാം, പറയൂ, ഇന്ത്യ എന്നാണ് സ്വതന്ത്ര്യം പ്രാപിച്ചത് ?	Well, I shall not begin a new lesson today. Let us discuss general knowledge. Shyam you tell me when did India become free. (വെൽ, ഐ ഷാൾ നോട്ട് ബിഗാൻ എ ന്യൂ ലെസൺ റ്റുഡേ. ലെറ്റ് അസ് ഡിസ്ക്കസ് ജെനറൽ നോളഡ്ജ്. ശ്യാം യു റ്റെൽ മീ, വെൻ ഡിസ് ഇൻഡ്യാ ബികം ഫ്രി.)
1947 ആഗസ്റ്റ് 15 – ന്, സാർ.	On 15th August, 1947 Sir. (ഓൺ 15–ത്ത് ആഗസ്റ്റ്, 1947 സർ.)
തികച്ചും ശരി. ഇൻഡ്യയുടെ ആദ്യത്തെ രാഷ്ട്രപതി ആരായിരുന്നു നി	Quite all right. Who was the first President of India? You answer

പറയൂ ഹമീദ്.

Hamid. (ക്വയിറ്റ് ആൾ റൈറ്റ് – ഹൂ വാസ് ദി ഫസ്റ്റ് പ്രെസിഡന്റ് ഓഫ് ഇന്ത്യ? യൂ ആൻസർ ഹമീദ്.)

പണ്ഡിറ്റ് ജവഹർലാൽ നെഹറു, സാർ.

Pandit Jawaharlal Nehru, Sir. (പണ്ഡിറ്റ് ജവഹർലാൽ നെഹ്റൂ – സാർ.)

അല്ല, അദ്ദേഹം ആദ്യത്തെ പ്രധാന മന്ത്രിയായിരുന്നു. അരാണു ഉത്തരം പറയുക ? ശരി, ഗണേഷ്, പറയു.

No, he was the first Prime Minister. Who will answer, O.K. Ganesh, you tell. (നോ, ഹി വാസ് ദി ഫസ്റ്റ് പ്രൈം മിനിസ്റ്റർ. ഹൂ വിൽ ആൻസർ, ഓകേ, ഗണേഷ്, യൂ റ്റെൽ)

സാർ, ശ്രീ. രാജേന്ദ്ര പ്രസാദായിരുന്നു ഇന്ത്യയുടെ ആദ്യത്തെ രാഷ്ട്രപതി.

Sir, Shri. Rajendra Prasad was the first President of India. (സാർ, ശ്രീ. രാജേന്ദ്ര പ്രസാദ് വോസ് ദ ഫസ്റ്റ് പ്രസിഡന്റ് ഓഫ് ഇൻഡ്യ.)

നീ പറഞ്ഞത് ശരിയാണ്, അടുത്ത ചോദ്യം ഇൻഡ്യയിലെ ഇരുമ്പു മനുഷ്യൻ എന്ന് വിളിക്കപ്പെടുന്നത് ആരേയാണ്.

You are right. Next question. Who is called the iron man of India? (യൂ ആർ റൈറ്റ്. നെക്സ്റ്റ് ക്വസ്റ്റിൻ. ഹൂ ഇസ് കോൾഡ് ദ അയേൺ മെൻ ഓഫ് ഇൻഡ്യ.)

സാർ, ഞാൻ പറയട്ടെ സർദാർ വല്ലഭായ് പട്ടേൽ സാർ.

May I tell, sir? Sardar Vallabhai Patel, Sir. (മേ ഐ ടെൽ, സാർ? സർദാർ വല്ലഭായ് പട്ടേൽ സാർ.)

ശരി, എന്നാൽ ശുഷ്ക സസ്യശേഖരം എന്ത് എന്ന് പറയാമോ ?

Correct, can you tell me what is a herbarium ? (കറക്റ്റ്, കേൻ യു ടേൽ മീ വാട്ട് ഇസ് എ ഹെർബേറിയം.)

ഇല്ല സാർ, ഞങ്ങൾ ഇത് ആദ്യമായി കേൾക്കുകയാണ്.

No sir, we are hearing it for the first time. (നോ സാർ, വീ ആർ ഹിയറിങ്ങ് ഇറ്റ് ഫോർ ദ ഫസ്റ്റ് ടൈം.)

ശരി, ഞാൻ പറയാം. ശുഷ്കസസ്യശേഖരമെന്നാൽ ഉണങ്ങി അമർന്ന ചെടികളെ സൂക്ഷിക്കുന്ന സ്ഥലം.

O.K. I tell you. Herbarium is a place where a collection of dried and pressed plants is kept.(ഓ.കേ. ഐ ടെൽ യൂ. ഹെർ ബേറിയം ഇസ് എ പ്ലെയിസ് വേർ എ കളക്ഷൻ ഓഫ് ഡ്രൈഡ് എന്റ് പ്രസ്ഡ് പ്ലാന്റ്

ഇസ് കെപ്റ്റ്.)

സാർ, ചരിത്ര സംബന്ധിയായ സാധനങ്ങളെ വയ്ക്കുന്ന സ്ഥലത്തിന് എന്ത് പറയും ?	Sir, what's that place called where collection of historical things are kept?(സാർ, വാട്ട്സ് ദാറ്റ് പ്ലേസ കാൾ വേർ കളക്ഷൻ ഓഫ് ഹിസ്റ്റോറിക്കൽ തിങ്ങ്സ് ആർ കെപ്റ്റ്?)
അങ്ങനെയുള്ള സ്ഥലത്തെ കാഴ്ചബംഗ്ലാവ് എന്ന് വിളിക്കുന്നു.	Such a place is called museum. (സച്ച് എ പ്ലേസ് ഇസ് കോൾഡ് മ്യൂസിയം.)
ഏറ്റവും പ്രചാരമുള്ള ഹിന്ദി പുസ്തകം ഏത്.	Which is the most popular Hindi book? (വിച്ച് ഇസ് ദ മോസ്റ്റ് പോപ്പുലർ ഹിന്ദി ബുക്ക്?)
രാമായണം, സാർ.	Ramayana, sir. (രാമായണ, സാർ)
തികച്ചും ശരി, എന്നാൽ പുസ്തകത്തിന്റെ കർത്താവ് ആരെന്ന് പറയുക.	Quite correct. But tell the author of the book. (ക്വയറ്റ് കറക്റ്റ്. ബട്ട് ടെൽ ദി ഓദർ ഓഫ് ദ ബുക്ക്.)
കവികൾക്ക് അലങ്കാര മകുടമായ തുളസിദാസ്, സാർ.	Crest-jewel of poets Tulsidas, sir. (ക്രെസ്റ്റ് - ജ്വല്ല് ഓഫ് പൊയറ്റ് തുളസീദാസ് സാർ.)
മിടുക്കൻ ! സംസ്കാരത്തിൽ ആദ്യമായി രാമായണം എഴുതിയതാരാണ് ?	Excellent! Who wrote the first Sanskrit Ramayana? (എക്സലന്റ്! ഹൂ റോട്ട് ദ ഫസ്റ്റ് സാൻസ്ക്രിറ്റ് രാമായണ?)
സംസ്കൃത രാമായണം എഴുതിയ ആദ്യ കവി മഹർഷി വാൽമികി.	Maharishi Valmiki was the first poet who wrote the Sanskrit Ramayana. (മഹർഷി വാൽമീകി വാസ് ദ ഫസ്റ്റ് പോയറ്റ് ഹൂ റോട്ട് ദ സാൻസ്ക്രിറ്റ് രാമായണാ.)
നിങ്ങൾക്ക് എല്ലാർക്കും വളരെ നല്ല പൊതു വിജ്ഞാനമുണ്ട്. ഇപ്പോൾ, ഞാൻ ഒരു വ്യത്യസ്ഥമായ ചോദ്യം ചോദികാം.	You all have a very good general knowledge. O.K. now, I ask you a somewhat difficult question. (യൂ ഓൾ ഹാവ് എ വെരി ഗുഡ് ജെനറൽ നോളഡ്ജ്. ഓ.കേ. നൗ, ഐ ആസ്ക് യൂ എ സം വാട്ട് ഡിഫിക്കൽറ്റ് ക്യസ്റ്റിൻ.)
ചോദിക്കു സാർ, ഞങ്ങൾ ഉത്തരം പറയാൻ പരമാവധി ശ്രമിക്കാം.	Ask sir. We shall try our best to answer it. (ആസ്ക് സാർ. വീ ഷാൾ ട്രൈ അവർ ബെസ്റ്റ് റ്റു ഏൻസർ ഇറ്റ്.)

ചെടികളുടെയും മരങ്ങളുടെയും ഇലകൾക്ക് എന്തുകൊണ്ടാണ് പച്ച നിറം ?

Why are the leaves of plants and trees green? (വൈ ആർ ദ ലീവ്സ് ഓഫ് പ്ലാന്റ്സ് എന്റ് ട്രീസ് ഗ്രീൻ?)

ആരുമില്ല; നല്ലത്, നീ ശ്രമിക്കൂ ഹരിഷ്.

No body. Well, you try Harish. (നോബഡി. വെൽ, യൂ ട്രൈ ഹരീഷ്.)

അവയിൽ ഒരു പച്ച നിറമുള്ളതാണ് കാരണം.

Because there is a green colour in them. (ബിക്കോസ് ദേർ ഇസ് എ ഗ്രീൻ കളർ ഇൻ ദം.)

പക്ഷെ, എന്തുകൊണ്ടാണ് അവിടെ വച്ചനിറം ? ഞാൻ പറയാം. ക്ലോറോഫിൽ എന്ന ഒരു പദാർഥം അവയിൽ കാണപ്പെടുന്നതാണ് അതിന് കാരണം.

But why is there green colour? I tell you, because a matter called chlorophyll is found in them.(ബട്ട് വൈ ഇസ് ദേർ ഗ്രീൻ കളർ? ഐ ടെൽ യൂ, ബിക്കോസ് എ മേറ്റർ കാൾഡ് ക്ളോറോഫിൽ ഇസ് ഫൗണ്ട് ഇൻ ദം.)

33

പുസ്തകശാലയെ കുറിച്ച്

ABOUT THE LIBRARY (അബൗറ്റ് ദ ലൈബ്രറി)

നമസ്കാരം, സാർ

Good morning sir. (ഗുഡ് മാർണിങ്ങ് – സാർ)

നമസ്കാരം, താങ്കൾക്കായി ഞാൻ എന്താണ് ചെയ്യേണ്ടത് ?

Good morning please, What can I do for you?(ഗുഡ് മാർണിങ്ങ് പ്ലീസ്, വാട്ട് കാൻ ഐ ഡു ഫാർ യൂ.)

നിങ്ങളുടെ പുസ്തകശാലയിൽ എനിക്ക് ഒരു അംഗമാകണം.

I want to become a member of your library. (ഐ വാൺഡ് റ്റു ബിക്കം എ മെമ്പർ ഓഫ് യുവർ ലൈബ്രറി)

വളരെ സന്തോഷം. നിങ്ങൾ എവിടെയാണ് താമസിക്കുന്നത് ? എന്താണ് നിങ്ങളുടെ ജോലി ?

With great pleasure. Where do you live and what is your occupation? (വിത്ത് ഗ്രേറ്റ് പ്ലഷർ, വേർ ഡൂ യു ലിവ് ആന്റ് വാട്ട് ഇസ് യുവർ ഓക്കുപേഷൺ.)

ഞാൻ ഒരു സർക്കാർ ജീവനക്കാരനാണ്, ചാന്ദ്നി ചൗക്കിൽ താമസി

I'm a government servant and live in Chandni Chowk. (അയാം എ

ക്കുന്നു. ഗവൺമെന്റ് സെർവന്റ് ആന്റ് ലിവ് ഇൻ ചാന്ദ്നി ചൗക്ക്.)

പത്തു പൈസ നൽകി ഈ ഫോറം എടുക്കൂ. അത് പൂരിപ്പിച്ച്, ഒരു ഗസ്റ്റഡ് ഉദ്യോഗസ്ഥനെ കൊണ്ട് സാക്ഷ്യം ചെയ്തിട്ട് തിരിച്ച് തരൂ.

Pay ten paise and take this form. Fill it up, get it attested by some gazetted officer and then return.(പേ ടെൻ പൈസ് ആന്റ് ടേക്ക് ദിസ് ഫാം. ഫിൽ ഇറ്റ് അപ്പ്, ഗെറ്റ് ഇറ്റ് അണ്ടസ്റ്റാന്റ് ബൈ സം ഗസ്റ്റെഡ് ഓഫീസർ ആന്റ് ദെൻ റിട്ടൺ.)

ഞാൻ അംഗത്വ സംഖ്യ എന്തെങ്കിലും നൽകേണ്ടതുണ്ടോ ?

Have I to pay some membership fee?(ഹാവ് ഐ റ്റു വേയ് സം മെമ്പർ ഷിപ്പ് ഫി ?)

ഇല്ല, അത് സൗജന്യമാണ്.

No, it is all free.(നോ, ഇറ്റ് ഇസ് ആൾ ഫ്രി.)

എത്ര പുസ്തകം കൊടുക്കും.

How many books are issued at a time?(ഹൗ മെനി ബുക്സ് ആർ ഇഷ്യൂഡ്.)

നിങ്ങൾക്ക് മൂന്നു കാർഡുകൾ നൽകപ്പെടും. ഒരേ സമയത്തിൽ നിങ്ങൾക്ക് മൂന്നു പുസ്തകമെടുക്കാം.

You will be given three cards and you can get issued three books at a time.(യൂ വിൽ ബി ഗിവൺ ത്രി കാർഡ്സ് ആന്റ് യൂ കാൻ ഗെറ്റ് ഇഷ്യൂഡ് ത്രി ബുക്ക്സ് അറ്റ് എ ടൈം.)

ഇവ എത്ര നാളത്തേക്ക് കൊടുക്കപ്പെടും.

For how many days will these be issued? (ഫാർ ഹൗ മെനി ഡേയ്സ് വിൽ ദീസ് ബീ ഇഷ്യൂഡ് ?)

രണ്ടാഴ്ചയ്ക്കു, അതിന് ശേഷം ഇവ നിങ്ങൾക്കു വീണ്ടും എടുക്കാം അല്ലെങ്കിൽ തിരിച്ചു നൽകാം. ഇല്ലെങ്കിൽ ഒരു ദിവസം പത്തു പൈസ വച്ച് പിഴ നല്കണം.

For a fortnight. After this you can get these reissued or return them otherwise you have to pay a fine of ten paisa per day. (ഫാർ എ ഫോർട്ട്നൈറ്റ്. ആഫ്റ്റർ ദിസ് യൂ കാൻ ഗെറ്റ് ദീസ് റി ഇഷ്യൂസ് ഓർ റിട്ടൺ ദം അതർവൈസ് യൂ ഹാവ് റ്റു പേ എ ഫൈൻ ഓഫ് ടെൻ പൈസ് പെർ ഡേ.)

വായനശാലയുടെ പ്രവർത്തനസമയം എന്താണ് ?

What are the library timings? (വാട്ട് ആർ ദി ലൈബ്രറി ടൈമിങ്ങ്സ്?)

രാവിലെ 10 മുതൽ വൈകുന്നേരം

From 10 a.m. to 6 p.m. It remains

6 വരെ. ഞായറാഴ്ച അടച്ചിരിക്കും, മറ്റ് അവധി ദിവസങ്ങളിലും.	closed on Sundays and other holidays. (ഫ്രം 10 എ –എം. ററു 6 പി. എം. ഇറ്റ് റിമെയിൻസ് ക്ലോസ്ഡ് ഓൺ സൺഡേയ്സ് ആന്റ് അതർ ഹോളിഡേയ്സ്.)
വായനശാലയിലെ പുസ്തകങ്ങളുടെ എണ്ണം എത്ര ? നാടകശാലകളെ പറ്റിയുള്ള പുസ്തകങ്ങളുമുണ്ടോ ?	What's the number of books in the library? Are there books on theatre also? (വാട്ട് ഇസ് ദി നമ്പർ ഓഫ് ബുക്ക്സ് ഇൻ ദി ലൈബ്രറി? ആർ ദേർ ബുക്ക്സ് ഓൺ തിയേററർ ആൾസോ.)
ഞങ്ങളുടെ വായനശാലയിൽ മുപ്പതിനായിരം പുസ്തകങ്ങളുണ്ട്. നാടകശാലയെ പറ്റി മാത്രമല്ല, ഏതാണ്ട് മറ്റ് എല്ലാ വിഷയങ്ങളെ പററിയും പുസ്തകങ്ങളുണ്ട്.	We have about 30 thousand books in our library. Not only on theatre we have books nearly on all subjects. (വി ഹാവ് എബൗട്ട് 30 തൗസന്റ് ബുക്ക്സ് ഇൻ യുവർ ലൈബ്രറി.നോട്ട് ഓൺളി ഓൺ തിയേറ്റർ വി ഹാവ് ബുക്ക്സ് നിയർലി ഓൺ ഓൾ സബ്ജറ്റ്സ്.)
വർത്തമാന പത്രവും മാസികയും വായിക്കുവാനുള്ള സൗകര്യമുണ്ടോ?	Is there a facility of reading newspapers and magazines?(ഇസ് ദേർ എ ഫെസിലിററി ഓഫ് റീഡിങ്ങ് ന്യൂസ്പേപ്പർസ് ഏന്റ് മേഗസീൻസ്?)
ഞങ്ങൾക്ക് നല്ല ഒരു വായനാമുറിയുണ്ട്. അവിടെ എല്ലാതരം വർത്തമാന പത്രവും മാസികയും ഞങ്ങൾക്കുണ്ട്.	We have a very good reading room. There we get all types of papers and magazines.(വി ഹാവ് എ വെരി ഗുഡ് റീഡിങ്ങ് റൂം. ദേർ വി ഗെറ്റ് ഓൾ ടൈപ്സ് ഓഫ് പേപ്പർസ് ഏന്റ് മാഗസീൻസ്?)
വളരെ നന്ദി. ഞാൻ നാളെ വന്ന് ഒരു അംഗമാകാം.	Thank you so much. I shall come tomorrow and become a member. താങ്ക് യൂ സോ മച്ച്. ഐ ഷാൾ കം ടുമോറോ ഏന്റ് ബിക്കം എ മെമ്പർ.)
അങ്ങനെയെങ്കിൽ ഞങ്ങൾക്ക് സന്തോഷമാകും.	We shall be glad to do so.(വി ഷാൾ ബി ഗ്ലാഡ് റ്റു ഡു സോ.)

34

ബാങ്ക് അക്കൗണ്ട് തുറക്കൽ

OPENING A BANK ACCOUNT

(ഓപ്പണിങ്ങ് എ ബാങ്ക് അകൗണ്ട്)

ബാങ്ക് മാനേജർ ഇരിക്കുന്നതെവിടെയാണ്. എനിക്ക് അദ്ദേഹത്തെ കാണണം.

Where does the Bank Manager sit? I want to see him. (വേർ ഡസ് ദി ബാങ്ക് മാനേജർ സീറ്റ്? ഐ വാൺഡ് റ്റു സി ഹീം.)

ശരി, നിങ്ങൾക്ക് അദ്ദേഹത്തെ കാണാം. ആ മുറിയിലാണ് അദ്ദേഹം ഇരിക്കുന്നത്.

Yes, you can see him. He sits there in that room. Can I help you please. (യെസ് യൂ കാൻ സി ഹിം ഹി സിറ്റ്സ് ദേർ ഇൻ ദാറ്റ് റൂം. കാൻ ഐ ഹെൽപ് യൂ പ്ലീസ്.)

വളരെ നന്ദി.

Thank you so much. (താങ്ക്യൂ സോ മച്ച്.)

സാരമില്ല, നിങ്ങൾക്ക് മാനേജരെ കാണാം. നിങ്ങളെ കാണുന്നത് അദ്ദേഹത്തിന് സന്തോഷമായിരിക്കും.

No mention please, you can see the manager. He will be pleased to see you. (നോ മെൻഷൻ പ്ലീസ്, യൂ കാൻ സി ദി മാനേജർ ഹി വിൽ ബി പ്ലീസ്ഡ്ററു സി യു.)

എനിക്ക് അദ്ദേഹത്തിന്റെ പേരറിയാനാവുമോ?

May I know his good name please? (മേ ഐ നോ ഹിസ് ഗുഡ് നേം പ്ലീസ്?)

തീർച്ചയായും. അദ്ദേഹത്തിന്റെ പേര് മിസ്റ്റർ പഞ്ചനൻ പതങ്ക്.

Surely. His name is Mr. Panchanan Pathank. (ഷുവർലി, ഹിസ് നേം ഇസ് മിസ്റ്റർ.പഞ്ചനൺ പതക്ക്.)

നിങ്ങൾക്ക് നന്ദി.

Thank you. (താങ്ക് യൂ)

ദയവായി ഞാൻ അകത്തേക്ക് വരട്ടെ.

May I come in Please? (മേ ഐ കം ഇൻ പ്ലീസ്)

ശരി, വളരെ സന്തോഷമുണ്ട്.

Yes, with great pleasure. (...യെസ്, വിത്ത് ഗ്രേറ്റ് പ്ലഷർ)

എന്റെ പേര് രാമേശ്വരി ശുക്ല.

My name is Rameshware Shukla. (മൈ നേം ഇസ് രാമേശ്വരി ശുക്ല.)

നിങ്ങളെ കണ്ടതിൽ എനിക്ക് വളരെ സന്തോഷം. നിങ്ങൾക്ക് വേണ്ടി എന്തു സേവനമാണ് ഞാൻ ചെയ്യേണ്ടത്?

I'm very glad to see you. What service can I render you? (ഐ അം വെരി ഗ്ലാഡ് റ്റു സി യു. വാട്ട് സെർവിങ്ങ് കേൻ ഐ റെന്റർ യു)

നിങ്ങളുടെ ബാങ്കിൽ എനിക്ക് ഒരു അകൗണ്ട് തുടങ്ങണം.

I want to open an account in your bank. (ഐ വാൺഡ് റ്റു ഓപ്പൺ ജോയിന്റ് അകൗണ്ട് ഇൻ യുവർ ബാങ്ക്)

സന്തോഷം, ഏതു തരം അക്കൗണ്ടാണ് നിങ്ങൾ തുടങ്ങാൻ ആഗ്രഹിക്കുന്നതെന്ന് പറയാമോ?

With pleasure, will you please tell me which type of account do you want to open? (വിത്ത് പ്ലഷർ, വിൽ യൂ പ്ലീസ് റ്റെൽ മീ വിച്ച് ടൈപ്പ് ഓഫ് അകൗണ്ട് ഡു യൂ വാണ്ട് റ്റു ഓപ്പൺ.)

എനിക്ക് ഒരു സേവിംഗ് ബാങ്ക് അകൗണ്ട് തുടങ്ങണം.

I want to open a saving bank account. (ഐ വാണ്ട് റ്റു ഓപ്പൺ ഏ സേവിങ്ങ്സ് ബാങ്ക് അകൗണ്ട്.)

ഒററയ്ക്കോ അതോ കൂട്ട് അക്കൗണ്ടൊ തുടങ്ങുവാൻ ആഗ്രഹിക്കുന്നത്.

Do you want to open a single or a joint account? (ഡു യൂ വാണ്ട് റ്റു ഓപ്പൺ ഏ സിങ്കിൾ ഓർ എ ജായിന്റ് അകൗണ്ട്).

എനിക്ക് ഒരു കൂട്ട് അക്കൗണ്ട് തുടങ്ങണം എന്റെ ഇളയ സഹോദരന്റെ കൂടെ.

I want to open a joint account with my younger brother. (ഐ വാണ്ട് റ്റു ഓപ്പൺ എ ജായിന്റ് അകൗണ്ട് വിത്ത് മൈ യങ്ങ് ബ്രദർ).

നിങ്ങളുടെ സഹോദരൻ ഇവിടെ വന്നിട്ടുണ്ടോ.

Has your brother come here? (ഹാസ് യുവർ ബ്രദർ കം ഹിയർ)

ഇല്ല, ഇപ്പം അവൻ ഇവിടെയില്ല.

No, he is not here at the moment. (നോ, ഹി ഇസ് നോട്ട് ഹിയർ അറ്റ് ദി മൊമന്റ്).

പക്ഷേ അദ്ദേഹത്തിന്റെ സാനിദ്ധ്യം ആവശ്യമുണ്ട്. ഒരു കൂട്ടായുള്ള അക്കൗണ്ട് തുടങ്ങുവാനുള്ള ഫോറം ഞാൻ നിങ്ങൾക്ക് തരുന്നുണ്ട്. ഈ ബാങ്കിൽ അക്കൗണ്ട് ഉള്ള അരെ

But his presence is essential. I am giving you forms for opening a joint account. You get these introduced by some one who has already an account in the bank.(ബട്ട്, ഹിസ് പ്രസൻസ് ഇസ് എസൻഷിയൽ – ഐ അം

ങ്കിലും നിങ്ങളെ പരിചയപ്പെടുത്ത ണം. ഈ ഫോറത്തിൽ.	ഗിവിങ്ങ് യൂ ഫാംസ് ഫാർ ഓപ്പ ണിങ്ങ് എ ജായിന്റ് അകൗണ്ട് യൂ ഗെറ്റ് ദീസ് ഇൻട്രഡിയൂസ് ബൈ സം ഒൺ ഹൂ ഹാസ് ആൾറെഡി അൻ അകൗണ്ട് ഇൻ ദി ബാങ്ക്.)
ഈ അക്കൗണ്ട് എത്ര രൂപ വച്ച് ആരംഭിക്കാം.	With how much money this account can be opened? വിത്ത് ഹൗ മച്ച് മണി ദിസ് അകൗണ്ട് കാൻ ബി ഓപ്പൺഡ്.)
വെറും അഞ്ചു രൂപ വച്ച്.	With five rupees only. (വിത്ത് ഫൈ റുപ്പീസ് ഓൺലി).
പക്ഷേ, എനിക്ക് ചെക്ക് ബുക്ക് സൗകര്യം ലഭിക്കണം.	But I want to avail myself of the che-que book facility. (ബട്ട് ഐ വാന്റ് റ്റു എവൈയിൽ മൈ സെൽഫ് ഓഫ് ദ ചെക്ക് - ബുക്ക് ഫെസലിററി.)
അങ്ങനെയെങ്കിൽ, നിങ്ങൾ നൂറു രൂപ വച്ച് അക്കൗണ്ട് തുടങ്ങണം മാത്രമല്ല നൂറുരൂപ എപ്പോഴും കുറഞ്ഞബാക്കിയായി അക്കൗണ്ടി ലുണ്ടാകണം.	In that case, you have to open the account with minimum of hundred rupees and there should always remain a minimum balance of hundred rupees. (ഇൻ ദാററ് കേസ്, യൂ ഹാവ് റ്റു ഓപ്പൺ ദി അകൗണ്ട് വിത്ത് മിനിമം ഓഫ് ഹൺഡ്രഡ് റുപ്പീസ് ആന്റ് ദേർ ഷുഡ് ആൾവേസ് റിമേൻ മിനിമം ബാലൻസ് ഓഫ് ഹൺഡ്രഡ് റുപ്പീസ്.)
ശരി, നന്ദി, ഞാൻ നാളെ സഹോ ദരന്റെ കൂടെ വരാം.	OK. Thank you. I shall come tomorrow with my brother.(ഓകേ താങ്കയൂ, ഐ ഷാൾ കം റ്റുമാറോ വിത്ത് മൈ ബ്രദർ.)
ഇത ഇതാണ് ഫോറം. പൂരിപ്പിച്ച് നാളെ കൊണ്ടുവരിക.	Here are the forms. Brings these duly filled in. (ഹിയർ ആർ ദ ഫാംസ്. ബ്രിങ്ങ് ദിസ് ഡുലി ഫിൽഡ് ഇൻ.)
ശരി, ഞാൻ നാളെ വരാം.	OK. I shall come tomorrow. (ഓകേ. ഐ ഷാൾ കം റ്റുമോ റോ.)

വന്നതിന് നന്ദി. നാളെ കാണാം എന്ന് പ്രതിക്ഷിക്കുന്നു.	Thank you for the visit. Hope to see you tomorrow. (താങ്ക്യൂ ഫാർ ദി വിസിറ്റ്. ഹോപ്പ് ടു സീ യൂ ടുമോറോ.)
സഹായത്തിന് നന്ദി. നല്ലത് വീണ്ടും കാണാം.	Thank you and sorry for the trouble. Well good bye. (താങ്ക്യൂ ഫാർ ദി ഹെൽപ്പ്. വെൽ ഗുഡ് ബൈ. ഗുഡ് ബൈ.)

35

റെയിൽവേ വരാന്തയിൽ

ON THE RAILWAY PLATFORM

(ഓൺ ദ റെയിൽവേ പ്ലാറ്ഫാറം)

മൂന്നാം നമ്പർ പ്ലാറ്റ്ഫോം എവിടെയാണെന്ന് പറയാമോ ?

Can you tell me where is platform no 3? കാൻ യൂ ടെൽ മീ വേർ ഇസ് പ്ലാറ്റ്ഫാം നമ്പർ 3?

മേൽപാലത്തിന് കുറുക്കേ, വലത് ഭാഗത്ത്, അവിടെ എഴുതി വച്ചിട്ടുണ്ട്.

Across the over bridge to the right, it is written there.എക്റോസ് ദി ഓവർ ബ്രിഡ്ജ് റ്റു ദി റൈറ്റ്, ഇറ്റ് ഇസ് റിട്ടൺ ദേർ.

ബോംബേയ്ക്ക് പോകുന്ന ഡിലക്സ് വരുന്ന മൂന്നാം നമ്പർ പ്ലാറ്റ്ഫോം അല്ലേ ഇത് ?

Bombay bound deluxe arrives on platform no 3 isn't it? ബാംബേ ബൗണ്ട് ഡിലക്സ് എറൈവ്സ് ഓൺ പ്ലാറ്റ്ഫാം ഓൺ 3 ഇസിന്റ് ഇററ്?

അതെ, അത് വരുന്നത് മൂന്നാമത്തെ പ്ലാറ്റ്ഫോമിൽ തന്നെ.
നിങ്ങൾക്ക് നന്ദി സഹോദര.

Yes please, it comes on three. എസ് പ്ലീസ്, ഇറ്റ് കംസ് ഓൺ ദേർ.
Thanks you, brother. താങ്ക്യൂ, ബ്രെദർ.

നിങ്ങൾ ബോംബേയ്ക്കാണോ പോകുന്നത്. ഞാനും അവിടേയ്ക്ക് തന്നെയാണ് പോകുന്നത്. ഇത് ഒരു നല്ല കൂട്ടായിരിക്കും.

Are you proceeding to Bombay? I'm also going there, it would be a good company. ആർ യൂ പ്രോസീഡിങ്ങ് റ്റു ബോംബേ ? ഐയാം ഓൾസോ ഗോയിങ്ങ് ദേർ, ഇറ്റ് വുഡ് ബി എ ഗുഡ് കംപനി).

ഇത് വളരെ നല്ലത് തന്നെ. യാത്ര സന്തോഷകരമായിരിക്കും.

It is very nice, the journey would be pleasant.ഇറ്റ് ഇസ് വെരി നൈസ്, ദ ജേണി വുഡ് ബി പ്ലസന്റ്.

തീവണ്ടി ബോംബേയിൽ എത്തുവാൻ എന്തു സമയം എടുക്കും ?

How long will the train take to reach Bombay? ഹൗ ലോങ്ങ് വിൽ ദ ട്രെയിൻ ടേക്ക് റ്റു റീച്ച് ബോംബേ.?

ഏതാണ്ട് 24 മണിക്കൂർ ഇത് ആയിരത്തിമുന്നൂറ് കിലോമീറ്റർ ദൂരമുള്ള യാത്രയല്ലേ ?

Near about 24 hours. It is more than thirteen hundred kms. journey.നിയർ എബൗട്ട് 24 ഹവേ

സ്. ഇറ്റ് ഇസ് മോർ ദാൻ താർട്ടി അൺഡ്രഡ് കിലോമിറ്റർസ് ജേണി.

ഇത്ര മാത്രമേ ഉള്ളോ കൂടേ.

You have only this attache? (യൂ ഹാവ് ഒൺളി ദിസ് അറ്റാച്ച്. ?)

ദയവായി അതെ, ഞാൻ ലളിതമായി യാത്ര ചെയ്യാൻ ആഗ്രഹിക്കുന്നു.

Yes please, I like to travel light. (യെസ് പ്ലീസ്. ലൈക്ക് റ്റു ട്രാവൽ ലൈറ്റ്.)

നിങ്ങൾ ഉല്ലാസയാത്ര പോകുകയാണോ അതോ അവിടെയാണോ താമസിക്കുന്നത്.

Are you going on a pleasure trip or do you live there? (ആർ യൂ ഗോയിങ്ങ് ഓൺ എ പ്ലഷർ ട്രിപ് ഓർ ഡു യൂ ലിവ് ദേർ.?)

അതെ, ഞാൻ അവിടെയാണ് താമസിക്കുന്നത്. അന്ധേരിയിൽ എനിക്ക് ഒരു പുസ്തക കടയുണ്ട്. ഞാൻ ഒരു പുസ്തക പ്രസാധകനാണ്.

Yes, I live there, at Andhery I own a big book shop, I am a publisher. (യെസ്, ഐ ലിവ് ദേർ, എറ്റ് ആൻഡ്രി ഐ ഓൺ എ ബിഗ് ബുക്ക് ഷോപ്പ്, ഐയാം എ പബ്ലിഷർ.)

ഞാൻ അവിടെ ആദ്യമായിട്ടാണ് പോക്കുന്നത് ഒരു ഉല്ലാസയാത്രയ്ക്ക്. അവിടെ ചുററികാണുവാനുള്ള സ്ഥലങ്ങളുടെ പേരുകൾ ദയവായി എന്നോട് പറയാമോ.

I'm going there for the first time on a pleasure trip. Would you kindly tell me the names of places of tourist interest there? (ഐയാം ഗോയിങ്ങ് ദേർ ഫോർ ദ ഫസ്റ്റ് ടൈം ഓൺ എ പ്ലഷർ ട്രിപ്പ്. വുഡ് യു കൈന്റ്ലി ടെല്ല് മി ദ നെയിമ്സ് ഓഫ് പ്ലേസ് ഓഫ് ടൂറിസ്റ്റ് ഇന്ററസ്റ്റ് ദേർ.)

എന്തുകൊണ്ടില്ല, മറ്റു ഞാൻ നിങ്ങളുടെ കൂടെ ഒന്നോ രണ്ടോ പ്രാവശ്യം അവിടെ കൂടെ വരാൻ ആഗ്രഹിക്കുന്നു.

Why not, and I would be glad to accompany you once or twice there. (വൈ നോട്ട്, ഏന്റ് ഐ വുഡ് ബി ഗ്ലേഡ് റ്റു അക്കമ്പനി യൂ വൺസ് ഓർ ടയിസ് ദേർ.)

വളരെ നന്ദി, പക്ഷേ നിങ്ങളെ ശല്ല്യപ്പെടുത്തുവാൻ ആഗ്രഹിക്കുന്നില്ല. എന്തെന്നാൽ നിങ്ങൾ തിരക്കുള്ള മനുഷ്യനാണ്.

Thanks so much, but I don't want to trouble you, because you are a busy man. (താങ്ക്സ് സോ മച്ച്, ബട്ട് ഐ ഡോന്റ് വാണ്ട് റ്റു ട്രബിൾ യൂ, ബിക്കോസ് യൂ ആർ എ ബിസി മേൻ.)

അതിൽ വിഷമിക്കാനെന്തിരിക്കുന്നു.

What's there of trouble in it? (വാട്ടിസ് ദേർ ഓഫ് ട്രബിൾ ഇൻ ഇറ്റ്.)

എന്റെ ഒരു സുഹൃത്ത് അവിടെ

A friend of mine lives there, but I

താമസിക്കുന്നു. പക്ഷേ, ഞാൻ നിങ്ങളെ അവിടെ തീർച്ചയായും കാണുവാൻ ആഗ്രഹിക്കുന്നു. കണ്ട തിനു ശേഷം നമുക്ക് ഒരു പദ്ധതി ശരിയാകാം.

would certainly like to see you there, and then we shall chalk out a programme.(എ ഫ്രണ്ട് ഓഫ് മൈ ലീവ്സ് ദേർ, ബട്ട് ഐ വുഡ് സേർട്ടൺലി ലൈക്ക് റ്റു സി യൂ ദേർ ആന്റ് ദെൻ വി ഷാൾ ചാക്ക് ഔട്ട് എ പ്രോഗ്രാം.)

ശരി, നിങ്ങളുടെ ഇഷ്ടം പോലെ. ഞങ്ങളുടെ വീട്ടിലേക്ക് താങ്കൾക്ക് ഏതു സമയവും സ്വാഗതം.

O.K., as you please. You are most welcome at our house any time. (ഓകേ, ആസ്സ് യൂ പ്ലീസ്സ്. യൂ ആർ മോസ്റ്റ് വെൽക്കം അറ്റ് അവർ ഹൗസ്സ് എനി റ്റൈം)

നിങ്ങൾ ദയവായി നിങ്ങളുടെ വിലാസം തരുക.

You please give me your address. (യൂ പ്ളീസ്സ് ഗിവ് മീ യുവർ അഡ്രസ്സ്)

തീർച്ചയായും ഞാൻ എന്റെ വിലാസം തരാം. എന്റെ ടെലി ഫോൺ നമ്പരും തരാം.

Certainly, I shall give you my address and telephone no, in the train. (സെർറ്റൺലി, ഐ ഷാൽ ഗിവ് യൂ മൈ അഡ്രസ്സ് അന്റ് ടെല ഫോൺ നംബർ, ഇൻ ദി ട്രെയിൻ)

നല്ലത്, നമുക്ക് ഒരു ചായ കഴിക്കാം. ഇനിയും സമയമുണ്ട് ട്രെയിൻ പുറ പ്പെടുവാൻ.

Well, let us have a cup of tea, still there is time in train's departure. (വെൽ, ലെറ്റ് അസ്സ് ഹാവ് എ കപ്പ് ഓഫ് റ്റീ, സ്റ്റിൽ ദേർ ഇസ്സ് റ്റൈം ഇൻ ട്രെയിൻസ്സ് ഡിപ്പാർച്ചർ)

36

സൽസ്വഭാവം

GOOD MANNERS (ഗുഡ് മേനേർസ്)

നല്ല പെരുമാറ്റം മനുഷ്യനെ മൃഗങ്ങളിൽ നിന്ന് വ്യത്യസ്തരാക്കുന്നു.

Good manners separate men from animals. (ഗുഡ് മേനേർസ് സെപ്പറേറ്റ് മെൻ ഫ്രം ഏനിമൽസ്).

അതിൽ സംശയമില്ല. അത് നമുക്ക് വളരെ അത്യാവശ്യമാണ്.

There is no doubt in it. It is very essential for us.(ദേർ ഇസ് നോ ഡബ്റ്റ് ഇൻ ഇറ്റ്. ഇറ്റ് ഇസ് വെരി എസൻഷ്യൽ ഫോർ അസ്.)

കുട്ടികാലത്തിൽ നല്ല പെരുമാറ്റങ്ങൾ പഠിക്കാം. ഇതിന് വില ഒന്നും നല്കേണ്ടതില്ല.

Good manners can be learnt in childhood. These do not cost anything. (ഗുഡ് മേനേസ് കേൻ ബീ ലേണ്ട് ഇൻ ചൈൽഹുഡ്. ദീസ് ഡു നോട്ട് കോസ്റ്റ് എനിതിങ്ങ്.)

നമ്മുടെ സാമൂഹിക ബന്ധങ്ങൾ ഇതിനെ അടിസ്ഥാനമാക്കിയാണ്. നല്ല പെരുമാറ്റങ്ങൾ നമ്മുടെ ജീവിതം വളരെ മധുരമുള്ളതാക്കുന്നു.

Our social relations are based on these. Good manners make our life so sweet. (അവർ സോഷ്യൽ റിലേഷൻസ് ആർ ബേയിസ്ഡ് ഓൺ ദീസ്. ഗുഡ് മേനേസ് മെയിക്ക് അവർ ലൈഫ് സോ സ്വീറ്റ്.)

നല്ലപെരുമാറ്റങ്ങൾ മാത്രമാണ് നാം സാംസ്കാരസമ്പന്നരാണെന്നും വിദ്യാസമ്പന്നരാണെന്നും കാണിക്കുന്നത്.

Good manners only show that we are cultured and educated. (ഗുഡ് മേനേസ് ഓൺളി ഷോ ദാറ്റ് വി ആർ കൾചർഡ് ഏന്റ് എജുകേറ്റഡ്.)

അതെ, നല്ല സ്വാഭവമില്ലാത്ത ഒരു മനുഷ്യൻ സത്യമായും ഒരു മുരടൻ തന്നെ.

Yes, a man without good manners is really a savage. (എസ്, എ മേൻ വിത്ത്ഔട്ട് ഗുഡ് മേനേസ് ഇസ് റിയലി എ സേവേജ്.)

വളരെ ചെറുപ്പത്തിൽ തന്നെ കുട്ടികൾ നല്ലപെരുമാറ്റങ്ങൾ പഠിക്കുന്നത് വളരെ അത്യാവശ്യമാണ്. പെരുമാറ്റ ദൂഷ്യമുള്ള കുട്ടികൾ അവരുടെ പള്ളിക്കൂടത്തിനും ദുഷ്പേര് കൊണ്ടുവരുന്നു.

It is necessary that children are taught good manners from the very beginning. Ill mannered children bring bad name to their parents and school. (ഇറ്റ് ഇസ് നെനസറി ദാറ്റ് ചിൽഡ്രൺ ആർ തോട്ട് ഗുഡ് മേനേസ് ഫ്രം ദ വെരി ബിഗി

നിങ്ങ്. ഐ ഓൾ മേനർ ചിൽഡ്രൺ ബ്രിങ്ങ് ബേഡ് നെയിം റ്റു ദേർ പേരന്റ്സ് ഏന്റ് സ്കൂൾ.)

ചില സമയങ്ങളിൽ നല്ല കുടുംബത്തിലുള്ള കുട്ടികൾ പോലും പെരുമാറ്റ ദൂഷ്യം കാണിക്കുന്നു.

Sometimes even the children belonging to good families show ill manners. (സംടൈംസ് ഈവൺ ദ ചിഡ്രൺ ബിലോങ്ങ് റ്റു ഗുഡ് ഫേമലീസ് ഷോ ഇൽ മേനേസ്)

അതുകൊണ്ട് അദ്ധ്യാപകരും മാതാപിതാക്കളും ഇക്കാര്യത്തിൽ പ്രത്രേക ശ്രദ്ധ നല്കണം.

Therefore teachers and parents should pay special attention towards it. (ദേർഫോർ ടീച്ചേസ് ഏന്റ് പേരന്റ്സ് ഷുഡ് പേ സ്പെഷ്യൽ അറ്റൻഷൻ റ്റു വേഡ്സ് ഇറ്റ്.)

കുട്ടികൾ മാതാപിതാക്കളിൽ നിന്ന് പഠിക്കുന്നു. മൂത്തവർ നല്ല സ്വഭാവം കൈകൊണ്ടാൽ കുട്ടികൾ അത് പിന്തുടരും.

Children learn from elders. If elders observe the good manners, then children are bound to follow. (ചിഡ്രൺ ലേൺ ഫ്രം എൽഡേസ്. ഇഫ് എൽഡർ ഒബ്സർവ് ദ ഗുഡ് മേനേസ്, ദെൻ ചിൽഡ്രൺ ആർ ബൗണ്ട് റ്റു ഫോളോ.)

നല്ല പെരുമാറ്റങ്ങൾ താഴ്മയേയും , വിനയത്തേയും അടിസ്ഥാനമായിരുക്കുന്നു.

Good manners are based on courtesy and politeness. (ഗുഡ് മേനർസ്സ് ആർ ബേസ്സ്ഡ് ഓൺ കർറ്റസ്സി അന്റ് പൊലൈറ്റ്നെസ്സ്)

നിങ്ങൾക്ക് നന്ദി, ദയവായി, ക്ഷമിക്കുക തുടങ്ങിയ വാക്കുകൾ എത്ര പ്രാധാന്യമുള്ളതും, മൂല്യവത്തുമാണ്. അവ നമ്മുടെ ജീവിതത്തെ ലളിതവും എളുപ്പവുമാക്കുന്നു.

How important and valuable are the words like 'thank you', 'please', sorry'! How easy and simple they make our life. (ഹൗ ഇംബ്പാർട്ടന്റ് ആന്റ് വാല്യബിൾ ആർ ദി വേഡ്സ് ലൈക്ക് 'താങ്ക്യൂ', 'പ്ലീസ്', സോറി' ! ഹൗ ഈസി ആന്റ് സിബിൾ ദേ മെയ്ക്ക് അവർ ലൈഫ്.)

ഏതെങ്കിലും കാരണത്താൽ നമുക്ക് 'ഇല്ല' എന്ന് പറയേണ്ടിവന്നാൽ പോലും നമുക്ക് അത് വളരെ വിനീതമായ വാക്കുകളിൽ പറയാനാവും.

Even if we have to say 'No' for something, we can say it in very polite words. (ഈവൺ ഇഫ് വി ഹാവ് റ്റു സേ 'നോ' ഫോർ സംതിങ്ങ്, വി കേൻ സേ ഇറ്റ് ഇൻ വെരി പോളൈറ്റ് വേഡ്സ്)

മറ്റുള്ളവരുടെ വികാരങ്ങളെ മാനിക്കാൻ പഠിക്കണം.	All should learn to respect the feeling of others. (ആൾ ഷുഡ് ലേൺ റ്റു റെസ്പെക്റ്റ് ദി ഫീലിങ്ങ് ഓഫ് അതർസ്
നാം മറ്റുള്ളവർ പറയുന്നത് ക്ഷമയോടെ കേൾക്കണം. മറ്റുള്ളവരുടെ മതവികാരങ്ങളെ നാം കഴിയുന്നത്രയും ബഹുമാനിക്കണം.	We should listen others patiently. As far as possible we should respect the religious feelings of others.(വി ഷുഡ് ലിസൺ അതർസ് പേഷ്യന്റ്‌ലി. അസ് ഫാർ അസ് പാസിബിൾ വി ഷുഡ് റെസ്പെക്ക്റ്റ് ദി റിലിജിയസ് ഫീലിങ്ങ്സ് ഓഫ് അതർസ്.)
തുമ്മുമ്പോഴോ, ചുമയ്ക്കുമ്പോഴോ, നാം എപ്പോഴും മൂക്കോ വായോ മൂടിയിരിക്കണം.	While sneezing or coughing we should always keep our nose or mouth covered.(വൈൽ സ്നിസിങ്ങ് ഓർ കഫ്‌വിങ്ങ് വി ഷുഡ് ആൾവേയ്സ് കീപ്പ് അവർ നോസ് ഓർ മൈത്ത് കവേഡ്.)
സ്ത്രീകൾക്കും കുട്ടികൾക്കും പരിഗണന കൊടുക്കുന്നത് നല്ല ശീലങ്ങളുടെ ഭാഗമാണ്.	Consideration for elders, ladies and children is also a part of good manners. (കൺസിഡറേഷൻ ഫാർ എൽഡർസ്, ലേഡിസ് ആന്റ് ചിൽറൺസ് ഇസ് ആൾസോ എ പാർട്ട് ഓഫ് ഗുഡ് മാനർസ്.)
നല്ലവരും സൽഗുണമുള്ളവരുടെ ആളുകൾ താഴ്മയുള്ളവരും മറ്റുള്ളവരെ കറിച്ച് ബോധമുള്ളവരുമായിരിക്കും.	Good and virtuous people are always humble and they mind others. (ഗുഡ് ആന്റ് വെർച്യസ് പീപ്പിൾ ആർ ഓൾവേസ് ഹബിൾ ആന്റ് ദേ മൈന്റ് അദേർസ്.)
മറ്റുള്ളവരെപ്പറ്റി അവരുടെ പിറകിൽ നിന്ന് നാം ദൂഷിച്ച് സംസാരിക്കരുത്.	We should not speak ill of others on their backs.(വി ഷുഡ് നോട്ട് സ്പീക്ക് ഇൽ ഓഫ് അദേർസ് ഓൺ ദെയർ ബേക്ക്സ്.)

37

മേൽവിലാസം ചോദിക്കൽ

ASKING THE ADDRESS (ആസ്ക്കിങ്ങ് ദി അഡ്രസ്)

ഓ സഹോദരാ, എന്നെ സഹായിക്കാമോ, ഞാൻ ഇവിടെ ഒരു അവരിചിതനാണ്.	Oh brother! Can you help me? I'm a stranger here.(ഓ ബ്രദർ, കാൻ യൂ ഹെൽപ്പ് മീ, ഐ അം എ സ്ട്രേജർ ഹിയർ.)
എന്തുകൊണ്ടില്ല, വളരെ സന്തോഷം, എന്നോടു പറയൂ ഞാൻ നിങ്ങൾക്ക് എന്താണ് ചെയ്തു തരേണ്ടത്.	Why not, with great pleasure. Tell me what can I do for you? (വയ് നോട്ട്, വിത്ത് ഗ്രേറ്റ് പ്ലഷർ, റ്റെൽ മീ വാട്ട് കാൻ ഐ ഡൂ ഫാർ യൂ)
ഈ വിലാസം എവിടെ എന്ന് പറയാമോ. ഇത് വളരെ ദയവുള്ള ഒരു കാര്യമായിരിക്കും. ഞാൻ ഒരു മണിക്കൂറായി അന്വേഷിക്കുന്നു.	Can you tell me this address? I would be very kind of you. I have been searching for an hour. (കെൻ യൂ ടെൽ മീ ദിസ് അഡ്രസ്? ഐ വുഡ് ബി വെരി കൈന്റ് ഓഫ് യൂ. ഐ ഹാവ് ബീൻ സെർച്ചിങ്ങ് ഫോർ ഏൻ ഹവർ.
വിലാസം കാണിക്കൂ.	Show me the address. (ഷോ മീ ദ അഡ്രസ്)
ഇതാ ഇത് ഇവിടെ.	Here it is.(ഹേർ ഇറ്റ് ഇസ്.)
നിങ്ങൾക്ക് പോകേണ്ടത് 10A/22 ശക്തി നഗറിലോ. ഞാനും അവിടെ തന്നെയാണ് താമസം എന്നാൾ ഇപ്പോൾ എനിക്ക് ആശുപത്രിയിലേക്ക് പോകണം. അല്ലെങ്കിൽ ഞാനും നിങ്ങളുടെ കൂടെ വരുമായിരുന്നു.	You have to go to 10A/22, Shakti Nagar : I also live at that side, but at present, I have to go to the hospital, otherwise I could have accompanied you.(യൂ ഹാവ് റ്റു ഗോ ററു 10 എ/22, ശക്തി നഗർ: ഐ ഓൾസോ ലിവ് എറ്റ് ദാറ്റ് സൈഡ്, ബട്ട് എറ്റ് പ്രസന്റ്, ഐ ഹാവ് റ്റു ഗോ റ്റു ദ ഹോസ്പിറ്റൽ, അദർവൈസ് ഐ കുഡ് ഹാവ് അക്കമ്പനീഡ് യൂ.)
ഓ, സാരമില്ല. ദയവായി വഴികാട്ടുക. ഞാൻ തനിയെ പോകാം.	No matter, you please guide me a little, I shall go myself. (നോ മാറ്റർ, യൂ പ്ലീസ് ഗൈഡ് മീ എ ലിറ്റിൽ, ഐ ഷാൾ
ഇപ്പോൾ നിങ്ങൾ നിൽക്കുന്നത്	Now you are standing at the

കമലാ നഗർ മുക്കിലാണ്. നിങ്ങൾ ആ വട്ടം കാണുന്നുണ്ടോ. അവിടെ ചെന്നിട്ട് ഇടത്തോട്ട് തിരിയുക. അവിടെ ആ മൂലയിൽ ഒരു പലവ്യഞ്ജന കടയുണ്ട്. ബിർലാ പ്രൊവിഷൻ സ്റ്റോർ.

Kamla Nagar crossing. Do you see that circle? Go there and turn to the left. There at the corner is a provision store-Birla Provision Store. നൗ യൂ ആർ സ്റ്റാന്റിങ്ങ് അറ്റ് ദ കമലാ നഗർ ക്രോസിങ്ങ്. ഡു യൂ സീ ദാറ്റ് സർക്കിൽ ? ഗോ ദേർ അന്റ് ടർൻ ടു ദ ലെഫ്റ്റ്. ദേർ അറ്റ് ദ കാർണർ ഇസ്സ് എ പ്രൊവിഷൻ സ്റ്റോർ-ബിർല പ്രൊവിഷൻ സ്റ്റോർ.

എന്തു പേരാ നി പറഞ്ഞത് ?

What name did you say? (വാട്ട് നെയിംമ് ഡിഡ് യൂ സേ?)

ബിർലാ പ്രൊവിഷൻ സ്റ്റോർ. അവിടെ നിന്ന് നേരെ നൂറു ചുവട് മുന്നോട്ട് പോകുക. എന്നിട്ട് ഇടത്തേക്ക് പോകുക. കുറച്ചു നടന്നിട്ട് പിന്നെയും ഇടത്തോട്ട് തിരിയുക.

Birla Provision Store. From there you go straight about hundred paces and then take to the left. Walk a little and then again turn to the left.(ബിർല പ്രൊവിഷൻ സ്റ്റോർ. ഫ്രം ദേർ യൂ ഗോ സ്രേയിറ്റ് എബൗട്ട് ഹൺഡ്രഡ് പേസസ് ഏന്റ് ദേൻ ടേക്ക് റ്റു ദ ലെഫ്റ്റ്. വാക്ക് എ ലിറ്റിൽ ഏന്റ് ദെൻ എഗൈൻ ടേൺ റ്റു ദ ലെഫ്റ്റ്.

നന്ദി, ഞാൻ അവിടെ ആരോടെങ്കിലും വീണ്ടും ചോദിക്കാം.

Thanks, I shall ask again somebody there. (താങ്കസ്, ഐ ഷാൾ ആസ്ക് എഗൈൻ സംബേഡി ദേർ.)

അതെ, അവിടെ ചോദിക്കു, അത് അവിടെ അടുത്താണ്. ഇപ്പോൾ നിങ്ങക്ക് ബുദ്ധിമുട്ടൊന്നും നേരിടില്ല.

Yes, ask there, it is there nearby. Now, you will face no difficulty. (യെസ്, ആസ്ക് ദേർ, ഇറ്റ് ഇസ് ദേർ നിയർ ബൈ. നൗ, യൂ വിൽ ഫെയിസ് നോ ഡിഫികൾറ്റ്.)

ഒരിക്കൽ കൂടി നിങ്ങൾക്ക് നന്ദി

Thanks you'once again.(തങ്ക്സ് യൂ വൺസ് എഗൈൻ.)

ഇത് ബ്ലോക്ക് 10A യാണോ ?

Is it block 10A? (ഇസ് ഇറ്റ് ബ്ലോക്ക് 10എ?

അതെ, ആരുടെ വീട്ടിലാണ് നിങ്ങൾക്ക് പോകേണ്ടത് ?

Yes, at whose house you have to go? (എസ്, എറ്റ് ഹൂസ് ഹൗസ് യൂ ഹാവ് റ്റു ഗോ?)

എനിക്ക് ഷർമ്മയുടെ അടുത്ത്

I have to go to Mr. Sharma. He

പോകണം. അദ്ദേഹം താമസിക്കുന്നത് 10A/22-ൽ.

lives in 10A/22. (ഐ ഹാവ് റ്റു ഗോ റ്റു മിസ്റ്റർ. ഷർമ്മ. ഹീ ലിവ്സ് ഇൻ 10എ/22.)

നിങ്ങൾ കുറച്ചു മുന്നോട്ട് വന്നു കഴിഞ്ഞു. അവിടെ ആ മൂല കാണുന്നില്ലേ. അവിടെ നിന്ന് അഞ്ചാമത്തെ വീട് ഷർമ്മയുടെതാണ്.

You have come a little ahead. There you see that corner house, fifth from that is Mr. Sharma's house.(യൂ ഹാവ് കം എ ലിറ്റിൽ എ ഹെഡ്. ദേർ യൂ സീ ദാറ്റ് കോർണർ ഹൗസ്, ഫിഫ്ത്ത് ഫ്രം ദാറ്റ് ഇസ് മിസ്റ്റർ. ഷർമ്മാസ് ഹൗസ്.)

നിങ്ങൾക്ക് നന്ദി.

Thank you. (താങ്ക് യൂ.)

ഇത് 10A/22 – ണോ ?

Is this 10A/22? (ഇസ് ദിസ് 10എ/22?

അതെ, ഇത് തന്നെ. നിങ്ങൾക്ക് ആരെയാണ് കാണേണ്ടത് ?

Yes please, it is, whom do you want to see? (എസ് പ്ലീസ്, ഇറ്റ് ഇസ്, ഹൂം ഡു യു വാൺഡ് റ്റു സീ?)

എനിക്ക് കാണേണ്ടത് മിസ്റ്റർ ഷർമ്മയെയാണ്.

I want to see Mr. Sharma. (ഐ വാണ്ട് ററു സീ മിസ്റ്റർ. ഷർമ്മ.)

മിസ്റ്റർ ഷർമ്മ ഇപ്പോൾ ഇവിടെയില്ല. അദ്ദേഹം ചില വേലയ്ക്കായി ചന്തയിലേക്ക് പോയിരിക്കുന്നു.

Mr.Sharma is not here at present. He has gone to bazaar for some work. (മിസ്റ്റർ. ഷർമ്മ ഇസ് നോട്ട് ഹേർ എറ്റ് പ്രസന്റ്. ഹി ഹാസ് ഗോൺ റ്റു ബസാർ ഫോർ സംവർക്ക്.)

സാരമില്ല, മിസസ് ഷർമ്മ അവിടെ കാണും. ഞാൻ അവരുടെ ബന്ധുവാണ്. ഞാൻ സഹറൻപൂറിൽ നിന്ന് വരുന്നു.

Never mind. Mrs. Sharma might be there, I am her relative, I have come from Saharanpur.(നെവർ മൈന്റ്. മിസിസ്. ഷർമ്മ മൈറ്റ് ബീ ദേർ, ഐ അം ഹേർ റിലേറ്റിവ്, ഐ ഹാവ് കം ഫ്രം ഷാഹാറൺപൂർ.)

നല്ലത്, നിങ്ങൾ മിസ്റ്റർ ടിവാരിയോണോ ? ഈ ബാഗ് തന്നിട്ട് അകത്തേക്ക് വരിക, മിസ്റ്റർ ഷർമ്മ രാവിലെ നിങ്ങളെ കുറിച്ച് പറഞ്ഞതെയുള്ളു.

Well! You are Mr. Tiwari, Give me this bag and come in please. Mr. Sharma was mentioning you only in the morning. (വെൽ! യൂ ആർ മിസ്റ്റർ. തിവാരി, ഗിവ് മി ദിസ് ബേഗ് ഏന്റ് കം ഇൻ പ്ലീസ്. മിസ്റ്റർ. ഷർമ്മ വോസ് മെയിന്റെയിനിങ്ങ് യൂ ഓൺലി ഇൻ ദി മോർണിങ്ങ്.)

38

രണ്ട് സ്നേഹിതൻമാർ

TWO FRIENDS (റ്റു ഫ്രണ്ടസ്)

ഹലോ കവിത, നീ എങ്ങനെയിരിക്കുന്നു.

Hello, Kavita how do you do? (ഹലോ, കവിത, ഹൗ ഡു യൂ ഡു?)

എനിക്ക് സുഖം തന്നെ, നന്ദി നീ എങ്ങെനയിരിക്കുന്നു.

I am fine, Thank you. How are you? (ഐ അം ഫൈൻ, താങ്ക് യൂ യൂ, ഹൗ ആർ യു.)

ഞാനും വളരെ സുഖമായിരിക്കുന്നു നിണക്ക് നന്ദി.

I am also quite well, thank you. (ഐ അം ആൾസോ ക്വയറ്റ് വെൽ, താങ്ക് യൂ.)

എവിടെ ഇവിടേക്ക് ഇന്ന്.

Where hither today? (വേർ ഹീറ്റർ റ്റുഡേ?)

അടുത്ത കാലത്ത് എന്റെ അമ്മാവൻ ബാംബേയിൽ നിന്ന് വന്നിട്ടുണ്ട്. അദ്ദേഹം ഈ കാളനിയിലാണ് താമസിച്ചിരുന്നത്. ഞാൻ അദ്ദേഹത്തെ കാണാൻ പോകുകയായിരുന്നു.

Just recently my uncle has come from Bombay. He has been living in this colony. I was going to see him. (ജസ്റ്റ് റീസൺൻഡ്‌ലി മൈ അങ്കിൾ ഹാസ് കം ഫ്രം ബോംബേ. ഹി ഹാസ് ബീൻ ലിവിങ്ങ് ഇൻ ദിസ് കോളനി. ഐ വോസ് ഗോയിങ്ങ് റ്റു സി ഹിം.

നിനക്ക് ധൃതിയൊന്നുമില്ലല്ലോ, അല്ലേ ?

No, I am not in such a hurry. (നോ, ഐ അം നോട്ട് ഇൻ സച്ച് എ ഹറി.)

ഇല്ല്, എനിക്കങ്ങനെ ഒരു ധൃതിയൊന്നുമില്ല.

We have met after such a long time. Come to our house with me. (വി ഹാവ് മെറ്റ് ഹാഫ്റ്റർ സച്ച് എ ലോങ്ങ് ടൈം. കം റ്റു ഹവർ ഹൗസ് വിത്ത് മി.)

വളരെ നാളുകൾക്ക് ശേഷമാണ് നാം കണ്ടുമുട്ടിയിരിക്കുന്നത്. എന്റെ കൂടെ ഞങ്ങളുടെ വീട്ടിലേക്ക് വരു.

But I shall not be able to stay long. (ബട്ട് ഐ ഷാൾ നോട്ട് ബി ഏബിൾ റ്റു സ്റ്റേ ലോങ്ങ്.)

പക്ഷേ, എനിക്കധിക നേരം തങ്ങാൻ പററില്ല. ഇല്ല, ഞാൻ അധിക നേരം നിന്നെ താമസിപ്പിക്കില്ല. ഇവിടെ അടുത്താണ് വീട്. മൂന്നു നിമിഷത്തെ നടത്തം ഇത് അത്രയെ ഉള്ളു. അമ്മക്ക് നിന്നെ കാണുന്നത് വളരെ സന്തോഷമായിരിക്കും.	No, I shall not detain you long. Here nearby is the house. It is three minutes walk, that's all. Mother will be very much pleased to see you. (നോ, ഐ ഷാൾ നോട്ട് ഡീടെയിൻ യൂ ലോങ്ങ്. ഹേർ നിയർ ബൈ ഇസ് ദ ഹൗസ്. ഇറ്റ് ഇസ് ത്രീ മിനുട്ട്സ് വാൾക്ക്, ദാറ്റ്സ് ഓൾ. മദർ വിൽ ബി വെരി മച്ച് പ്രീസ്ഡ് റ്റു സീ യൂ.)
ഈ ദിവസങ്ങളിൽ നി എന്ത് ചെയ്യുകയായിരുന്നു.	What are you doing these days? (വാട്ട് ആർ യു ഡുയിങ്ങ് ദീസ് ഡേസ്?)
വിശേഷമായി ഒന്നുമില്ല.	Nothing special. നത്തിങ്ങ് സ്പെഷ്യൽ.
എന്നിരുന്നാലും നീ എന്തെങ്കിലും ചെയ്യുന്നുണ്ടായിരിക്കും. നീ ചുമ്മാ ഇരിക്കുന്ന ഒരു ആത്മാവല്ല.	Even then you must be doing something. You are not a soul to sit idle. (ഈവൺ ദെൻ യൂ മസ്റ്റ് ബി ഡൂയിങ്ങ് സംതിങ്ങ്. യൂ ആർ നോട്ട് എ സോൾ റ്റു സിറ്റ് ഐഡിൽ.)
ഞാൻ ജെർമൻ ഭാഷയിൽ ഡിപ്ലോമ ചെയ്യുന്നു.	I am doing diploma in German language. (ഐ അം ഡൂയിങ്ങ് ഡിപ്ളോമ ഇൻ ജെർമ്മൻ ലാഗ്വേജ്.)
എപ്പോൾ മുതൽ ? അതിന്റെ ആവശ്യമെന്ത് ?	Since when? What is the necessity of it? (സിൻസ് വെൻ? വാട്ട് ഇസ് ദ നെസസിറ്റി ഓഫ് ഇറ്റ്?)
ഞാൻ ഒരു ഉദ്ദേശത്തോടെയാണ് ചെയ്യുന്നത്.	I'm doing it with a purpose. (ഐ അം ഡൂയിങ്ങ് ഇറ്റ് വിത്ത് എ പെർപ്പസ്.)
എന്നാൽ എന്നോട് പറ. അതിൽ മറച്ചു വയ്ക്കാൻ എന്താണുള്ളത്.	Then tell me. What is there to hide in it. (ദെൻ ടേൽ മീ. വാട്ട് ഇസ് ദേർ റ്റു ഹിഡ് ഇൻ ഇറ്റ്.)
ശരി ഞാൻ പറയാം. കാര്യം ഇതാണ് ...	O.K. I tell you. The thing is this... ഓ.കേ. ഐ ടെൽ യൂ. ദ തിങ്ങ്

	ഇസ് ദിസ്....
ഓ, എന്താ നി നിർത്തിയത്. വിഷയമെന്തെന്നു എന്നോടു പറ.	O! Why have you stopped? Tell me, What's the matter? (ഓ! വൈ ഹാവ് യൂ സ്റ്റോപ്പ്ഡ്? ടെൽ മീ, വാട്ട്സ് ദ മാറ്റർ?)
ഞാൻ വിവാഹം കഴിക്കാൻ പോകുന്നു. ഞാൻ കല്യാണം കഴിക്കാൻ പോകുന്ന വരൻ ജെർമനിയിൽ ഒരു എൻജിനിയറാണ്.	I'm going to be married. The would be husband is in Germany and is an engineer there. (ഐ അം ഗോയിങ്ങ് റ്റു ബി മാറീഡ്. ദ വുഡ് ബി ഹസ്ബന്റ് ഇസ് ഇൻ ജെർമ്മനി ഏന്റ് ഇസ് ഏൻ എൻജിനിയർ ദേർ.)
ഇതാണ് കാര്യം. അതാണ് നിനക്ക് നാണം തോന്നിയത്. എപ്പോഴായിരുന്ന കല്യാണ നിശ്ചയം.	This is the affair. That's why you were feeling shy. When were you engaged? (ദിസ് ഇസ് ദ എഫയർ. ദാറ്റ്സ് വൈ യൂ വേർ ഫീലിങ്ങ് ഷൈ. വെൻ വേർ യൂ എഗേജ്ഡ്?)
കഴിഞ്ഞ വർഷം, മാർച്ച് മാസത്തിൽ. ഇനി നീ നിന്നെ പറ്റി പറയു. നീ എന്ത് ചെയ്യുന്നു.	Last year in the month of March. Now, you tell me about yourself. What are you doing? (ലാസ്റ്റ് ഇയർ ഇൻ ദ മൻത്ത് ഓഫ് മാർച്ച്. നൗ, യൂ ടെൽ മീ എബൗട്ട് യുവർ സെൽഫ്. വാട്ട് ആർ യൂ ഡൂയിങ്ങ്?)
ഞാൻ ഒരു സ്ഥാപനത്തിൽ സെക്രട്ടറിയായി ജോലി ചെയ്യുന്നു.	I am working as a Secretary in a Company. (ഐ അം വർക്കിങ്ങ് ഏസ് എ സെക്കറ്ററി ഇൻ എ കമ്പനി.)
നി വളരെ സൂത്രശാലിയാണ്. അറിയിക്കുക പോലും ചെയ്തില്ല.	You are very clever, did not even inform. (യൂ ആർ വെരി ക്ലിയർ, ഡിഡ് നോട്ട് ഈവൺ ഇൻഫോം.)

39

ജന്മദിനത്തിൽ

ON BIRTHDAY (ഓൺ ബേർത്ത്ഡേ)

സുരേഷ് എന്താ ഇതു വരെ തിരിച്ചു വരാത്തത്? നിനക്ക് നേരം വൈകുന്നു.	Why has Suresh not returned yet? You are getting late. (വൈ ഹാസ് സുരേഷ് നോട്ട് റിട്ടേൺഡ് യെറ്റ്?)
അവൻ ഇപ്പോൾ തിരിച്ചു വരും.	He will just be back mother. (ഹീ വില്ല് ജെസ്റ്റ് ബി ബേക്ക് മതർ.)
പക്ഷേ അവൻ എവിടെ പോയി?	But where has he gone? (ബട്ട് വേർ ഹാസ് ഹീ ഗോൺ.)
ഗീതയ്ക്ക് ഒരു സമ്മാനം വാങ്ങിക്കുവാൻ അവൻ ചന്തയിലേക്ക് പോയിരിക്കുന്നു ?	He has gone to the market to buy a present for Geeta. (ഹീ ഹാസ് ഗോൺ റ്റു ദ മാർക്കറ്റ് റ്റു ബൈ എ പ്രസന്റ് ഫോർ ഗീത.)
ഇത് നിങ്ങൾ നേരത്തെ ഓർത്തില്ലേ.?	Didn't you remember this before? (ഡിഡിന്റ് യൂ റിമംമ്പർ ദിസ് ബിഫോർ)
അതെ, എന്നാൽ ഗീതയ്ക്ക് യോജിച്ച ഒന്നും ഇന്നലെ ഞങ്ങൾക്ക് കണ്ടെത്താന്നായില്ല.	Yes, but we couldn't find anything suitable for Geeta yesterday. (എസ്, ബട്ട് വീ കുഡ്നോട്ട് ഫൈന്റ് എനിതിങ്ങ് സ്യൂട്ടബിൾ ഫോർ ഗീതാ യെസ്റ്റർഡേ.)
പിന്നെ എന്താണ് അവൾക്ക് കൊടുക്കുവാൻ തീരുമാനിച്ചിരിക്കുന്നത്.	Then what have you thought to give her? (ദെൻ വാട്ട് ഹാവ് യൂ തോട്ട് റ്റു ഗിവ് ഹേർ.?)
പ്രേം ചന്ദിന്റെ മൂന്ന് നോവലുകൾ അടങ്ങുന്ന ഒരു സെറ്റ് അവൾക്ക് ഞങ്ങൾ കൊടുക്കുന്നു.	We are giving her a set of three novels of premchand. (വീ ആർ ഗിവിങ്ങ് ഹേർ എ സെറ്റ് ഓഫ് ത്രി നോവൽ ഓഫ് പ്രേംചന്ദ്.
ഓ, ഇത് നല്ല ഒരു കാര്യം. ആർക്ക് തോന്നിയ ആശയമാണിത് ?	Oh! This is a very good idea. Who thought it? (ഓ! ദിസ് ഇസ് എ വെരി ഗുഡ് ഐഡിയാ. ഹൂ തോട്ട് ഇറ്റ്.?)
അത് സുരേഷിന്റെ ആശയമാണ്. ഗീതയ്ക്ക് സാഹിത്യത്തിൽ താൽപ	It was Suresh's idea. He knows that Geeta is keenly interested in

ര്യമുണ്ടെന്ന് അവന് അറിയാം.

literature. (ഇറ്റ് വാസ് സുരേഷ്സ് ഐഡിയ. ഹി നോസ് ദാറ്റ് ഗീത ഇസ് കീൻലി ഇന്ററസ്റ്റഡ് ഇൻ ലിറ്ററേച്ചർ.

എല്ലാം ശരി, ഇപ്പോൾ നീ ഉടനെ പുറപ്പെട്. നീ സമയത്ത് എത്തിയില്ലയെങ്കിൽ അവൾക്ക് പ്രയാസമാകും.

All right, now you hurry up. If you don't reach in time, she would feel bad. (ഓൾ റൈറ്റ്, നൗ യൂ ഹറി അപ്പ്. ഇഫ് യൂ ഡോൺഡ് റീച്ച് ഇൻ ടൈം, ഷി വുഡ് ഫീൽ ബേഡ്.)

ശരി അമ്മേ, സുരേഷ് വന്നുകഴിഞ്ഞു. ഞങ്ങൾ ഇപ്പോൾ പോകുന്നു.

O.K. Mummy, see Suresh has come. We are going now. (ഓ.കേ. മമ്മി, സീ സുരേഷ് ഹാസ് കം. വി ആർ ഗോയിങ്ങ് നൗ.)

ഗീതയുടെ വീട്ടിൽ

At Geeta's house. (എറ്റ് ഗീതാസ് ഹൗസ്.)

ഹലോ ! നീരാ, സുരേഷ്, നിങ്ങൾ എങ്ങനെയിരിക്കുന്നു.

Hello, Neera and Suresh! How are you? (ഹലോ, നിരാ എന്റ് സുരേഷ്! ഹൗ ആർ യൂ?)

നിനക്ക് പിറന്നാൽ ആശംസകൾ.

Happy birthday to you Geeta. (ഹാപ്പി ബർത്ത്ഡേ റ്റൂ യൂ ഗീത.)

ഈ നാളിലെ ഏറ്റവും നല്ല ആശംസകൾ.

Many happy returns of the day. (മെനി ഹാപ്പി റിട്ടേൺസ് ഓഫ് ദ ഡേ.)

ഈ നല്ല ആശംസകൾക്ക് രണ്ടു പേർക്കും നന്ദി.

Thanks, to both of you for these good wishes. (താങ്ക്സ്, റ്റൂ ബോത്ത് ഓഫ് യൂ ഫോർ ദീസ് ഗുഡ് വിഷസ്.)

ഗീത, ഇന്ന് നിന്നെ കാണാൻ സുന്ദരിയായിരിക്കുന്നു. ഈ വസ്ത്രം നിനക്ക് തികച്ചും യോജിക്കുന്നു.

Geeta, you are looking so charming today. This attire suits you perfectly. (ഗീത, യൂ ആർ ലുക്കിങ്ങ് സോ ചാർമ്മിങ്ങ് റ്റുഡേ. ദിസ് അറ്റയർ സ്യൂട്ട്സ് യൂ പ്രഫക്റ്റ്ലി.)

അതെ ഗീത, ഇന്ന് നീ തീർത്തും സുന്ദരിയായി കാണുന്നു.

Yes, Geeta you are indeed loing very pretty today. (എസ്, ഗീത യൂ ആർ ഇന്റീഡ് ലോങ്ങ് വെരി പ്രെററി റ്റുഡേ.)

നന്ദി, ഇപ്പോൾ നമുക്ക് അകത്തേക്ക് പോകാം.	Thanks, now let us move inside. (താങ്ക്സ്, നൗ ലെറ്റ് അസ് മൂവ് ഇൻസൈഡ്.)
ഇതാ ഇവിടെ നിനക്ക് ഒരു വിശേഷ സമ്മാനം.	Here is a special gift for you.(ഹേർ ഇസ് സ്പെഷ്യൽ ഗിഫ്റ്റ് ഫോർ യൂ.)
എന്താ ഇത് ?	What's it? (വാട്ട്സ് ഇറ്റ്)
നീ തന്നെ അഴിച്ചു നോക്കുക.	Unpack it your self and see. (അൺപേക്ക് ഇറ്റ് യൂവർ സെൽഫ് ആന്റ് സി.)
ഓ ! പ്രേം ചന്ദിന്റെ നോവലുകൾ. അദ്ദേഹം എന്റെ ഇഷ്ടപ്പെട്ട നോവലിസ്റ്റാണ്. ഗോദൻ എനിക്ക് പഠിക്കാനുണ്ട്.	Oh! Novels of Prem Chand is my favourite novelist and Godan is also prescribed in my course. (ഓ! നോവൽസ് ഓഫ് പ്രേംചന്ദ് ഇസ് മൈ ഫേവററ്റ് നോവലിസ്റ്റ് ഏന്റ് ഗോഡൺ ഇസ് ഓൾസോ പ്രിസ്ക്രൈബ്ഡ് ഇൻ മൈ കോർസ്.)
അപ്പോൾ നിനക്ക് പുസ്തകങ്ങൾ ഇഷ്ടപ്പെട്ടു.	So you like the books? (സോ യു ലൈക്ക് ദ ബുക്ക്സ്?)
അതെ, വളരെയധികം വിശേഷം. നന്ദി, ഈ വിശേഷ സമ്മാനത്തിന്.	Yes, very much. Special thanks for this special gift. (യെസ്, വെരി മച്ച്. സ്പെഷ്യൽ താങ്ക്സ് ഫോർ ദിസ് സ്പെഷ്യൽ ഗിഫ്റ്റ്.)
മറ്റ് എല്ലാവരും എവിടെ.	Where are the all others. (വേർ ആർ ദ ഓൾ അദേഴ്സ്.)
എല്ലാവരും അകത്ത് കാത്തിരിക്കുന്നു. ഇപ്പം നിങ്ങൾ രണ്ടു പേരും അകത്ത് വന്ന് കുറച്ചു പലഹാരം കഴിക്കു.	All are waiting inside. Now you two also come and have some refreshments. (ഓൾ ആർ വെയിറ്റിങ്ങ് ഇൻസൈഡ്. നൗ യു റ്റു ഓൾസോ കം ഏന്റ് ഹാവ് സം റെഫെസ്മെന്റ്.)

40

സ്ത്രീധന സമ്പ്രദായം

DOWRY SYSTEM (ഡൗറി സിസ്റ്റം)

ഇന്നും നമ്മുടെ സമൂഹത്തിൽ ധാരാളം അന്ധവിശ്വാസങ്ങളും തിന്മകളും ഉണ്ട്.

Still there are so many superstition and social evils in our society. (സ്റ്റിൽ ദേർ ആർ സോ സൂപ്പർ സ്റ്റീഷൻ ഏന്റ് സോഷ്യൽ ഈവിൾസ് ഇൻ അവർ സോസൈറ്റി.)

വളരെയധിതം ശാസ്ത്ര പുരോഗതിയുണ്ടെങ്കിലും.

In spite of so much scientific advancement. (ഇൻ സ്പൈറ്റ് ഓഫ് സോ മച്ച് സൈന്റിഫിക് അഡ്വാൻസ്മെന്റ്.)

സ്ത്രീധന സംമ്പ്രദായമാണ് ഏറ്റവും നീചമായ സാമൂഹിക തിന്മയെന്ന് ഞാൻ കരുതുന്നു.

I think dowry system is the worst social evil. (ഐ തിങ്ങ് ഡൗറി സിസ്റ്റം ഇസ് ദ വേസ്റ്റ് സോഷ്യൽ ഈവിൾ.)

ഇതിൽ സംശയമില്ല. ഇത് തന്നെയാണ് നമ്മുടെ സമൂഹത്തിന്റെ നെറ്റിയിലെ ഏറ്റവും വലിയ കളങ്കം

There is no doubt in it. This is the biggest disgrace on the forehead of our society. (ദേർ ഇസ് നോ ഡബ്റ്റ് ഇൻ ഇറ്റ്. ദിസ് ഇസ് ദ ബിഗസ്റ്റ് ഡിസ്ഗ്രെയ്സ് ഓൺ ദ ഫോർഹെഡ് ഓഫ് അവർ സോസൈറ്റി.)

കഴിഞ്ഞ ചില വർഷങ്ങളായി ഇത് കാരണം വളരെയധികം ദുരന്തങ്ങൾ ഉണ്ടായി നിത്യേന വർത്തമാന പത്രത്തിൽ സ്ത്രീധന മരണത്തെ പറ്റിയ വാർത്തകളുണ്ട്.

For the last few years, it has caused havoc. Every day in the news-papers there is news of dowry deaths. (ഫോർ ദ ലാസ്റ്റ് ഫ്യൂ ഇയേസ്, ഇറ്റ് ഹാസ് കോസ്ഡ് ഹെവോക്ക്. എവരി ഡേ ഇൻ ദ ന്യൂസ് - പേപ്പർ ദേർ ഇസ് ന്യൂസ് ഓഫ് ഡൗറി ഡെത്ത്സ്.)

പെൺകുട്ടികളുടെ മാതാപിതാക്കളുടെ ജീവിതം ക്ലേശകരമാം വണ്ണം പീഡിതമാണ്. പെൺമക്കളെയും സ്വത്തുക്കളെയും അവർ നല്കിയിട്ടും മക്കൾക്ക് സമാധാനമില്ല.

The Life of the parents of the girls has become distress stricken. Give daughters and wealth also and even then the daughter is not in peace. (ദ ലൈഫ് ഓഫ് പേരന്റ്സ് ഓഫ് ദ ഗേൾസ് ഏസ് ബിക്കം ഡിസ്ട്രെസ് ട്രിക്കൺ. ഗിവ് ഡാട്ടേർസ് ഏന്റ് വെൽത്ത് ഓൾസോ ഏന്റ് ഈവൺ ദെൻ ദ ഡോട്ടർ ഇസ് നോട്ട് ഇൻ പീസ്.)

പഴയകാലത്ത് ഇത് സ്വമേധയാ നല്കുകയായിരുന്നു. എന്നാൽ ഇക്കാലത്ത് ഇത് അനിവാര്യമായ തിന്മയായി മാറി കഴിഞ്ഞു. അതിനെ തിന്മ എന്നല്ല കുഷ്ഠമെന്നാണ് വിളിക്കേണ്ടത്.

There was a time when it was voluntary. These days it has become a necessary evil. Call it leprosy not evil. (ദേർ വോസ് എ ടൈം വെൻ ഇറ്റ് വാസ് വോൾയണ്ടറി. ദീസ് ഡേസ് ഇറ്റ് ഹാസ് ബിക്കം എ നെസസറി ഈവിൾ. കോൾ ഇറ്റ് ലിപ്രോസി നോട്ട് ഈവിൾ)

പക്ഷെ, ഈ സാമൂഹിക ജീർണ്ണതയെ എങ്ങനെ മായ്ച്ച്കളയാമെന്നാണ് ഇപ്പോഴത്തെ ചോദ്യം.

But now the question is how to efface this social slur.(ബട്ട് നൗ ദ കൊസ്റ്റ്യൻ ഇസ് ഹൗ റ്റു ഇഫെയിസ് ദിസ് സോഷ്യൽ സ്ളോർ.)

സർക്കാർ സ്ത്രീധന എതിർപ്പ് പ്രസ്ഥാനം നടത്തി വരികയാണ്. സ്ത്രീധനം കൊടുക്കുന്നതും വാങ്ങുന്നതും കുറ്റ തന്നയെങ്കിലും ഈ രോഗം കൂടികൊണ്ടേ പോകുകയാണ്.

Government is running the anti-dowry movement. Taking and giving of dowry is also a crime but the disease is on the increase. (ഗവൺമെന്റ് ഇസ് റെണ്ണിങ്ങ് ദ ആന്റി ഡൗറി മൂവ്മെന്റ്. ടെയിക്കിങ്ങ് ഏന്റ് ഗിവിങ്ങ് ഓഫ് ഡൗറി ഇസ് ഓൾസോ എ ക്രൈം ബട്ട് ദ ഡിസയേസ് ഇസ് ഓൺ ദ ഇൻഗ്രീസ്.)

നിയമത്തിനെ കൊണ്ട് മാത്രം ഇതിനു ഗുണം കിട്ടില്ല. ഇത് പൊതുബോധത്തെ കുറിച്ചുള്ള കാര്യമാണ്.

Only laws are none of much avail. It is a matter of social consciousness. (ഓൺളി ലോസ് ആർ നൺ ഓഫ് മച്ച് എവയിൽ. ഇറ്റ് ഇസ് എ മെറ്റർ ഓഫ് സോഷ്യൽ കോൺസിക്യൻസസ്.)

നീ പറയുന്നത് ശരിയാണ്. ഇത് ഒരു മാനക്കേടായ സ്ഥിതിയാണ്. അധിക സ്ത്രീധനം കൊടുക്കാതേ ഒരു പെണ്ണിനു ചെറുക്കനെ കിട്ടുന്നത് വളരെയധികം ബുദ്ധിമുട്ടുള്ളതാണ്.

You are right. It is very disgraceful situation. It has become difficult to find a suitable match for a girl without paying a high price. (യൂ ആർ റൈറ്റ്. ഇറ്റ് ഇസ് വെരി ഡിസ്ഗ്രെസ്ഫുൾ സുറ്റുവേഷൻ. ഇറ്റ് ഹാസ് ബിക്കം ഡിഫിക്കൽറ്റ് റ്റു ഫൈന്റ് എ സ്യൂട്ടബിൾ മാച്ച് ഫോർ എ ഗേൾ വിത്ത് ഔട്ട് പേയിങ്ങ് എ ഹൈ പ്രൈസ്.)

എണ്ണിയാലൊടുങ്ങാത്ത കുടുംബങ്ങൾ സ്ത്രീധനത്തിനാൽ നശിച്ചിട്ടുണ്ട്. ആയിരക്കണക്കുള്ള പെൺകുട്ടികൾ വിവാഹം കഴിയാതെയും, നിരവധി പേർ ആത്മഹത്യവും

Innumerable homes have been ruined because of dowry. Thousands of girls remain uncarried and many commit suicide. (ഇന്യൂറബിൾ ഹോംസ് ഹാവ് ബീൻ

ചെയ്യുന്നുണ്ട്.

റൂയിന്റ് ബിക്കോസ് ഓഫ് ഡൗറി. തൈസന്റ്സ് ഓഫ് ഗേൾ റിമെയിൻ അൺ കേറീഡ് ഏന്റ് മെനി കമ്മിറ്റ് സ്യൂയിസൈഡ്.)

യുവജനങ്ങൾ വിചാരിച്ചാൽ മാത്രമേ ഈ ദുഷിച്ച സ്ഥിതി മാറും.

Only the youth of the country can very well dispose of this evil. (ഓൺളി ദ യൂത്ത് ഓഫ് ദ കൺട്രി കേൻ വെരി വെൽ ഡിസ്പോസ് ഓഫ് ദിസ് ഈവിൾ.)

നിരവധി ആൺ കുട്ടികളും, പെൺ കുട്ടികളും തങ്ങളുടെ വിവാഹത്തിന് സ്തീധനം വാങ്ങില്ല എന്നു പ്രതിജ്ഞ എടുക്കുന്നുണ്ട്.

Many young boys and girls are coming forward and taking pledges that they would not accept dowry at their marriage. (മെനി യങ്ങ് ബോയിസ് ഏന്റ് ഗേൾസ് ആർ കമിങ്ങ് ഫോർവേഡ് ഏന്റ് ടെയിക്കിങ്ങ് പ്ലെഡ്ജസ് ദാറ്റ് ദേ വുഡ് നോട്ട് ഏസപ്റ്റ് ഡൗറി അറ്റ് ദേർ മേറേജ്.)

ഈ ഇറുട്ടിന്റെ പ്രകാശം യുവജനങ്ങൾ മാത്രമാണ്.

Only the young people are a ray of hope in this darkness. (ഓൺളി ദ യങ്ങ് പീപ്പിൾ ആർ എ റേ ഓഫ് ഹോപ്പ് ഇൻ ദിസ് ഡാർക്ക്നസ്.)

ഓരോ ആൺ കുട്ടികളും, പെൺ കുട്ടികളും ഈ നാശത്തിനെ മനസ്സിലാക്കിയാൽ മാത്രമേ, ഇത് ഇന്ന് തന്നെ പാടേ ഇല്ലാതാക്കാൻ കഴിയും.

If every young boy and girl under stand this evil, then it can be rooted out today. (ഇഫ് എവരി യങ്ങ് ബോയി എന്റ് ഗേൾ അൺഡർസ്റ്റാന്റ് ദിസ് ഈവിൾ, ദേൻ ഇറ്റ് കേൻ ബി റൂട്ടഡ് ഔട്ട് റ്റുഡേ.)

ഈ ശാപത്തിനു എതിരെ ധർമ്മസമരം തുടങ്ങണം.

There is a need to start a crusade against this curse.(ദേർ ഇസ് എ നീഡ് ററു സ്റ്റാർട്ട് എ ക്രൂസിഡ് ഏജന്റ് ദിസ് കേർസി.)

അതേ, നമ്മൾ സ്ത്രീധനത്തിനെ എതിർത്തു പ്രതിജ്ഞ എടുകുന്നതോട് കൂടി നമ്മുടെ വിവാഹത്തിനു സ്ത്രീധനം കൊടുക്കാനും വാങ്ങാനും പാടില്ല.

Yes, we all take the pledge to oppose the dowry at all levels and we shall neither take or give dowry at the time of our marriage. (യെസ്, വി ഓൾ ടെയ്ക്ക് ദ പ്ലെഡ്ജ് റ്റു ഓപ്പോസ് ദ ഡൗറി എറ്റ് ഓൾ ലീവ്സ് എന്റ് വി ഷാൾ നൈതർ ടെക്ക് ഓർ ഗിവ് ഡൗറി എറ്റ് ദ ടൈം ഓഫ് അവർ മേറേജ്.)

41

ശാസ്ത്ര ഭാഷണം

SCIENCE TALK (സയൻസ് ടാൾക്ക്)

ശാസ്ത്രം എത്രമാത്രം വളർന്നിരിക്കുന്നു! ഇന്നലേ ഞാൻ ഓസ്ട്രേലിയയിലായിരുന്നു, ഇന്ന് ഇവിടെ ഇരിക്കുന്നു.

How much science has progressed! Yesterday I was in Australia and today here. (ഹൗ മച്ച് സയൻസ് ഹാസ് പ്രോഗ്രസ്ഡ്! യെസ്റ്റർഡേ ഐ വോസ് ഇൻ ഓസ്ട്രേലിയ ഏന്റ് റ്റുഡേ ഹേർ)

മനുഷ്യൻ ശൂന്യാകാശത്തെ കീഴടക്കിയിരിക്കുന്നു. മനുഷ്യൻ ചന്ദ്രനിലും പോയിവന്നിരിക്കുന്നു.

Man has conquered space. Man has been on the moon too. (മെൻ ഹാസ് കോൺക്യയർ സ്പേസ്. മെൻ ഹാസ് ബീൻ ഓൺ ദ മൂൺ ടൂ.)

ആധുനിക യുഗത്തെ ശാസ്ത്ര യുഗം എന്ന് വിളിക്കുന്നത് യാദാർത്ഥ്യമാണ്.

The modern age has rightly been called the age of science.(ദ മോഡേൺ എയ്ജ് ഹാസ് റൈറ്റിലി ബീൻ കാൾഡ് ദ എയ്ജ് ഓഫ് സയൻസ്.)

ശാസ്ത്രം ലോകത്തിന്റെ മുഖം പൂർണ്ണമായും മാററിയിട്ടുണ്ട്. ഈ ലോകം ശാസ്ത്രാത്ഭുതങ്ങൾ നിറഞ്ഞതാണ്.

Science has changed the face of the world completely. The world is full of scientific wonders. (സയൻസ് ഹാസ് ചെഞ്ചഡ് ദ ഫെയിസ് ഓഫ് ദ വേൾഡ് കംപ്ലീറ്റിലി. ദ വേൾഡ് ഇസ് ഫുൾ ഓഫ് സൈന്റിഫിക്ക് വൺ ഡേർസ്.)

എന്റെ മുത്തശൻ ജീവിച്ചിരുന്നെങ്കിൽ അദ്ദേഹത്തിന് ഈ ലോകത്തെ തിരിച്ചറിയാൻ പറ്റില്ലായിരുന്നു.

If my grand-father happen to be alive he would not recognise this world. (ഇഫ് മൈ ഗ്രാന്റ് - ഫാദർ ഹാപ്പൻ റ്റു ബി എലിവ് ഹീ വുഡ് നോട്ട് റിക്കഗനൈസ് ദിസ് വേൾഡ്.)

ജീവിതം തീർത്തും സൗകര്യപൂർണ്ണമായിരിക്കുന്നു. വൈദ്യുതി എത്ര അത്ഭുതം നിറഞ്ഞ വരദാനമാണ്.

Life has become so comfortable. What a wonderful gift is electricity. (ലൈഫ് ഹാസ് ബിക്കം സോ കംപോർട്ടബിൾ. വാട്ട് എ വൺഡർ ഫുൾ ഗിഫ്റ്റ് ഇസ് ഇലക്ട്രിസിറ്റി.)

ഇത് നമ്മുടെ വീടുകളെ പ്രകാശിപ്പിക്കുന്നു. ഇതിന്റെ സഹായത്തോടുകൂടി തീവണ്ടികൾ ഓടുന്നു. വിവിധ വീട്ടുജോലികൾ ഇതിനാൽ ചെയ്യപ്പെടുന്നു.

It light our houses, trains are run with its help and many domestic works are done with it. (ഇറ്റ് ലൈറ്റ് അവർ ഹൗസസ്, ട്രെയിൻസ് ആർ റൺ വിത്ത് ഇറ്റ്സ് ഹെൽപ്പ് ഏന്റ് മെനി ഡോമസ്റ്റിക്ക് വർക്ക്സ് ആർ ഡൺ വിത്ത് ഇറ്റ്.)

വേഗതയേറിയ വാർത്താവിനിമയ സൗകര്യങ്ങളും ശാസ്ത്രത്തിന്റെ സമ്മാനമാണ്. ഇക്കാലത്ത് യാത്ര വളരെയേറെ സൗകര്യപ്രദമായിരിക്കുന്നു.

The fast means of communication are also the gift of science. Travelling has become very comfortable now. (ദ ഫാസ്റ്റ് മീൻസ് ഓഫ് കമ്മ്യൂണിക്കേഷൻ ആർ ഓൾസോ ദ ഗിഫ്റ്റ് ഓഫ് സയൻസ്. ട്രാവലിങ്ങ് ഹാസ് ബിക്കം വെരി കംഫോൽട്ടബിൾ നൗ.)

വിമാനം, ദൂരദർശൻ, ആകാശവാണി തുടങ്ങിയവയും ശാസ്ത്രത്തിന്റെ വരദാനമാണ്.

Aeroplanes, television, radio etc. all are the gifts of science. (ഏറോപ്ലയിൻ, ടെലിവിഷൻ, റേഡിയോ. എക്സട്ട്റാ. ഓൾ ആർ ദ ഗിഫ്റ്റ് ഓഫ് സയൻസ്.)

അപകടകാരികളായ ധാരാളം രോഗങ്ങളുണ്ട്. അവയെല്ലാം നിയന്ത്രിക്കപ്പെട്ടിരിക്കുന്നു. അവയെല്ലാം നിർമ്മാർജനം ചെയ്യപ്പെട്ടിരിക്കുന്നു.

Many dangerous diseases were there. They all have been controlled. They all have been eradicated. (മെനി ഡെയിഞ്ചറസ് ഡിസീസസ് വേർ ദേർ. ദേ ഓൾ ഹാവ് ബീൻ കൺട്രോൾഡ്. ദേ ഓൾ ഹാവ് ബീൻ ഇറാഡിക്കേറ്റ്.)

വസൂരിയുടെ പേര് ഇപ്പോൾ എവിടെ കേൾക്കാനുണ്ട്. പകർച്ച വ്യാധികൾ കൂടി തുടച്ചുനീക്കപ്പെട്ടിരിക്കുന്നു.

Where is the name of small-pox is heard now? Epidemics too have been eradicated. (വേർ ഇസ് ദ നെയിം ഓഫ് സ്മാൾ-പോക്സ് ഇസ് ഹിയർഡ് നൗ? എപ്പിഡമിക്സ് റ്റു ഹാവ് ബീൻ ഇറാഡിക്കേറ്റ്.)

പക്ഷെ ഒരു കാര്യമുണ്ട്. ജീവിതം മുഴുവൻ സൗകര്യങ്ങൾ നിറഞ്ഞതാണ് പക്ഷെ നമുക്ക് സന്തോഷിക്കാനാവുന്നില്ല.

But there is one thing. Life is full of comforts but we cannot call it happy. (ബട്ട് ദേർ ഇസ് വൺ തിങ്ങ്. ലൈഫ് ഇസ് ഫുൾ ഓഫ് കംഫോർട്സ് ബട്ട് വീ കെനോട്ട് കാൾ ഇറ്റ്ഹാപ്പി.)

ഇത് സത്യത്തിന്റെ മറ്റൊരു വശമാണ്. ശാസ്ത്രം ജീവിതത്തെ എളുപ്പമാക്കിതീർത്തിട്ടുണ്ട്. പക്ഷെ കൂടുതൽ സങ്കീർണമാക്കിയിട്ടുണ്ട്.

This is the other side of the truth. Science has made life easy, But complications have increased. (ദിസീസ് ഇസ് ദ അദർ സൈഡ് ഓഫ് ദ ട്രൂത്ത് സയൻസ് ഹാസ് മെയിഡ് ലൈഫ് ഈസി, ബട്ട് കോംപ്ലിക്കേഷൻസ് ഹാവ് ഇഗ്രീസ്ഡ്.)

ഇത് നമുക്ക് ആറ്റംബോംബ് പോലെ വിനാശകരമായ ആയുധങ്ങൾ നൽകിയിട്ടുണ്ട് ഹിരോഷിമയിലെയും നാഗസാകിയിലെയും ദുരന്തങ്ങൾ നമുക്ക് ഒരിക്കലും മറക്കാനാവില്ല.

It has given us fatal arms like atom-bomb. We can never forget the tragedy of Hiroshima and Nagasaki. (ഇറ്റ് ഹാസ് ഗിവൺ അസ് ഫാറ്റൽ അംസ് ലൈക്ക് ആറ്റംബോംബ് വി കേൻ നെവർ ഫോർഗെറ്റ് ദ ട്രാജഡി ഓഫ് ഹിറോസിമാ ഏന്റ് നാഗസകി.)

ഒരു മൂന്നാ ലോകമഹായുദ്ധം വരികയാണെങ്കിൽ ഈ ലോകം മുഴുവൻ തരിപ്പണമാകും.

If there is the Third world War the whole world would be destroyed. (ഇഫ് ദേർ ഇസ് ദ തേഡ് വേൾഡ് വാർ ദ ഹോൾ വോൾഡ് വുഡ് ബി ഡിസ്ട്രായിഡ്.)

പക്ഷെ ശാസ്ത്രത്തിനെ കുറ്റം പറയാനാവില്ല. മനുഷ്യൻ തന്നെയാണ് അവയെ അങ്ങനെയാക്കിത്തീർത്തത്.

But science is not to blame. It is man himself who makes its use thus. (ബട്ട് സയൻസ് ഇസ് നോട്ട് റ്റു ബ്ലെയിം. ഇറ്റ് ഇസ് മെൻ ഹിംസൾഫ് ഹ മെയിക്ക്സ് ഇറ്റ്സ് യൂസ് ദസ്.)

അതുകൊണ്ടാണ് ശാസ്ത്രം ഒരു നല്ല സേവകനാണെന്നും എന്നാൽ കൊള്ളരുതാത്ത യജമാനനാണെന്നും പറയപ്പെടുന്നത്.

That's why it has been said that science is a good servant but a bad master. (ദാറ്റ്സ് വൈ ഇറ്റ് ഹാസ് ബീൻ സേഡ് ദാറ്റ് സയൻസ് ഇസ് എ ഗുഡ് സെർവന്റ് ബട്ട് എ ബേഡ് മാസ്റ്റർ.

ശാസ്ത്രം ഒരുപോലെ അനുഗ്രഹവും ശാപവുമാകുന്നു.

Science is both a blessing and a curse. (സയൻസ് ഇസ് ബോത്ത് എ ബ്ലസിങ്ങ് ഏന്റ് എ ക്രൂസി.)

രാഷ്ട്രീയ നേതാക്കൻമാരുടെ കൈയിൽ പെടുമ്പോൾ ശാസ്ത്രം ഒരു നശീകരണ ആയുധമായിമാറും.

Science will become an instrument of destruction by falling in the hands of political leaders. (സയൻസ് വെൽ ബിക്കം ഏൻ ഇൻസ്ട്രുമെന്റ് ഓഫ് ഡിസ്ട്രെക്ഷൻ ബൈ ഫാളിങ്ങ് ഇൻ ദ ഹാന്റ്സ് ഓഫ് പൊളിററിക്കൽ ലീഡേർസ്.)

തരംതിരിച്ച ശബ്ദസംഗ്രഹം

CLASSIFIED GLOSSARY (ക്ലാസിഫൈഡ് ഗ്ലോസറി)

1. Parts of the Body (പാർട്സ് ഓഫ് ദ ബോഡി)

അവയവം limb (ലിബ്)
കാൽ വിരൽ toe (ടോ)
കൈവിരൽ finger (ഫിങ്കർ)
തള്ള വിരൽ thumb (തമ്പ്)
കണ്ണ് eye (ഐ)
കുടൽ intestine (ഇൻടെസ്റ്റെയിൻ)
മടമ്പ് heel (ഹീൽ)
ചുണ്ട് lip (ലിപ്പ്)
തോൾ shoulder (ഷോൾഡർ)
ചെന്നി temple (ടെബിൾ)
അര കെട്ട് waist (വെയിസ്റ്റ്)
മണിബന്ധം wrist (റീസ്റ്റ്)
കാത് ear (ഇയർ)
ചെറുവിരൽ little finger (ലിറ്റിൽ ഫിംഗർ)
കക്ഷം armpit(അംപിറ്റ്)
കൈമുട്ട് elbow (എൽബോ)
തലയോട്ടി skull (സ്കൽ)
കണങ്കാൽ എല്ല് ankle bone (ആങ്കിൽ ബോൺ)
കഴുത്ത് neck (നെക്ക്)
ഉത്ഭവസ്ഥാനം womb (വോമ്പ്)
ഗർഭപാത്രം uterus (യൂട്ടറസ്)
മേൽ മീശ whiskers (വിസ്കാർസ്)
തൊണ്ട throat (ത്രോട്ട്)
കവിൾ തടം cheek (കീക്ക്)
ഗുദം anus (ഏണസ്)
പിടലി nape (നേപ്പ്)
വൃക്ക kidney (കിഡ്നി)
മടി lap (ലാപ്പ്)
ഗ്രന്ഥി gland (ഗ്ലാന്റ്)
കാൽ മുട്ട് knee (നീ)
ചർമ്മം skin (സ്കിൻ)
മുലക്കണ്ണ് teat (റ്റീററ്)
നിതംബം buttocks (ബട്ടക്കസ്)
മുഖം face (ഫെയിസ്)
നെഞ്ച് (ആൺ) chest (ചെസ്റ്റ്)
മാറിടം (സ്ത്രീ) breast (ബ്രസ്റ്റ്)
താടി എല്ല് Jaw (ജാ)
തുട thigh (തൈ)
കരൾ liver (ലിവർ)
നാവ് tongue (ടംഗ്)
സന്ധി joint (ജോയിന്റ്)
താടി chin (ചിൻ)
കണംകാൽ ankle (ആങ്കൾ)
കാൽ leg (ലെഗ്)
ചൂണ്ട് വിരൽ index finger (ഇൻഡക്സ് ഫിഗർ)
ഉള്ളം കാൽ sole (സോൾ)
അണ്ണാക്ക് palate (പാലിറ്റ്)
പ്ലീഹ spleen (സ്പ്ലീൻ)
പല്ല് teeth (ടീത്ത്)
അണ പല്ല് grinder (ഗ്രൈൻഡർ)
താടി രോമം beard (ബിയർഡ്)
തലച്ചോറ് brain (ബ്രയിൻ)
തുമ്പിക്കൈ trunk (ട്രങ്ക്)
ധമനി artery (ആർട്ടറി)
നഖം nail (നെയിൽ)
നാസാ ദ്വാരം nostrils (നോസ്ട്രിൽസ്)
ഞരമ്പ് vein (വെയിൻ)
മൂക്ക് nose (നോസ്)

നാഡി pulse (പൾസ്)
പൊക്കിൾ naval (നേവൽ)
ഇമ eyelid (ഐലിഡ്)
വാരിയെല്ല് rib (റിബ്ബ്)
വയർ stomach (സ്റ്റോമക്ക്)
പാദം foot (ഫൂട്ട്)
കാൽ വണ്ണ calf leg (കാഫ് ലെഗ്)
കൃഷ്ണമണി pupil (പ്യൂപിൾ)
മാംസപേശി muscle (മസിൽ)
ശ്വാസകോശം lung (ലെഗ്)
കക്ഷം armpit (അംപിറ്റ്)
തലമുടി hair (ഹെയർ)
യോനി vagina (വെജിനാ)
പുരികം eyebrow (ഐബ്രോ)
കൺപീലി eye-lash (ഐ - ലാഷ്)
ഭ്രൂണം embryo (എംബ്രിയോ)
നടുവിരൽ middle finger (മിഡിൽ ഫിങ്കർ)
കൺ പീള gum (ഗം)
നെറ്റി forehead (ഫൊർ ഹെഡ്)
വായ mouth (മൗത്ത്)
മുഷ്ടി fist (ഫിസ്റ്റ്)
മൂത്ര സഞ്ചി urinary bladder (യൂറിനറി ബ്ലേഡർ)
മീശ moustache (മുഷ്ടാഷ്)
നട്ടെല്ല് backbone (ബേക്ക് ബോൺ)
തലമുടി hair (ഹെയർ)
രോമ കൂപം pore (പോർ)
നെറ്റി forehead (ഫോർ ഹെഡ്)
രക്തം blood (ബ്ലഡ്)
ഉമിനീർ saliva (സലൈവ)
പുരുഷ ലിംഗം penis (പീനിസ്)
ശ്വാസ നാളം wind pipe (വിന്റ് പൈപ്പ്)
തല head (ഹെഡ്)
ഉള്ളം കൈ palm (പാം)
തോളെല്ല് collar-bone (കോളർ - ബോൺ)
കൈ hand (ഹാന്റ്)
ഹൃദയം heart (ഹാർട്ട്)

2. Ailments (സുഖകേട്)

വിറ വീക്കം hydrocel (ഹൈഡ്രോസൽ)
അന്തത blindness (ബ്ലൈന്റ് നസ്)
ദഹനകേട് indigestion (ഇൻഡൈജഷൻ)
പുളിപ്പിക്കുക acidity (അസിഡിറ്റി)
അതിസാരം diarrhoea (ഡയറിയ)
പറങ്കിപുണ്ണ് syphlis (സിഫിലിസ്)
ചെന്നികുത്ത് migrain (മൈഗ്രീസ്)
തളർവാദം paralysis (പെറാലിസിസ്)
എല്ലൊടിയൽ fracture (ഫ്രിറാക്ച്ചർ)
മനം പിരട്ടൽ nausea (നാസിയ)
വസൂരു mumps (മംപ്സ്)
കഫം phlegm (ഫ്ളൈം)
ഛർദ്ദി vomiting (വാമിറ്റ്)
മലബന്ധം constipation (കാൻസ്റ്റിപേഷൻ)
അർബുദം cancer (കേൻസർ)
കുഷ്ടം leprosy (ലെപ്രെസി)
അഞ്ചാം പനി measles (മീസ്‌ലസ്)
ചുമ cough (കോഫ്)
ചൊറി,ചിരങ്ങ് scabies (സ്കേബീസ്)
അരിപ്പ് itch (ഇച്ച്)
രക്ത തടസ്ഥം anemia (അനീമിയ)
രക്തവാദം gout (ഗൗട്ട്)
നഖവ്രണം whitlou (വിട്ട്ലോ)
ഭ്രൂണഹത്യ abortion (അബോഷൻ)

ആപത്കരമായ ശ്വാസകുഴൽ sore throat (ശ്വാർ തോട്ട്)
മുഴ tumour (ട്യൂമർ)
മുറിവ് wound (വൂണ്ട്)
ബോധക്ഷയം giddiness (ഗിഡിനസ്)
പീഡിപ്പിക്കുക. hurt (ഹേർട്ട്)
വസൂരി smallpox (സ്മോൾ പോക്സ്)
തുമ്മൽ sneeze (സ്ണീസ്)
നീർ വീക്കം dropsy (ഡ്രോപ്സി)
ജലദോഷം bad-cold (ബേഡ് കോൾഡ്)
തുള്ളപ്പനി ague (ഏഗ്യൂ
പനി fever (ഫീവർ)
ആസ്ത്മ asthma (ആസ്ത്മ)
വേദന pain പെയിൻ
പുഴുക്കടി ringworm (റിങ്ങ് വോം)
മെലിഞ്ഞ lean (ലീൻ)
മൂക്കിൽ നിന്ന് രക്തം വരുന്ന രോഗം epitexis (എപ്പിടെക്സിസ്)
നാഡി വ്രണം sinus (സൈനസ്)
ഉറക്കമില്ലായിമ insomnia (ഇൻസോം നിയ)
കഫ വാത ജ്വരം pneumonia (നിമോണിയ)
അണു പ്രാണി നാശനം sterilization (സ്റ്റെറിലൈസേഷൻ)
മൂത്ര വ്യാധി cacule (കാകൂൽ)
വിയർക്കൽ perspiration (പെർസ്പിറേഷൻ)
ഉൻമാദം insanity (ഇൻസാനിറ്റി)
വരട്ട് ചൊറി eczema (എക്സീമിയ)
മഞ്ഞപ്പിതം jaundice (ജാൺഡിസ്)
ചലം pus (പസ്)
അതിസാരം dysentry (ഡിസെൻഡ്രി)
വെള്ള പോക്ക് leucorrohea (ലികോറിയാ)
പ്ലാഗ് plague (പ്ലേഗ്)
മുഖ കുരു pimple (പിമ്പിൾ)
പരു boil (ബോയിൽ)
ചുമ cough (കാഫ്)
മൂല കുരു piles (പൈൽസ്)
ചേത്ത് പുണ്ണ് fistula (ഫീസ്റ്റുല)
വെശപ്പ് hunger (ഹങ്കർ)
വിശപ്പില്ലായ്മ dyspepsia (ഡിസ്പെപ്സിയാ)
പ്രമേഹം diabetes (ഡയബെറ്റീസ്)
വയറിളക്കം dysentery(ഡിസേൻ്ററി)
മലേറിയ malaria (മലേറിയ)
മറു wart (വാർട്ട്)
വകരുന്ന രോഗം epidemic (എപിഡമിക്ക്)
ആസ്മ epilepsy (എപിലപ്സി)
ബോദക്ഷയം fainting (ഫെയിൻ്റിങ്ങ്)
കണ്ണിലെ തിമിരംcataract(കാട്ടറാക്)
ചൂട് sunstroke (സൺസ്ട്രോക്)
ക്ഷയം tuberculosis (ട്യൂബർക്ലോസിസ്)
വസൂരി smallpox (സ്മോൾ പോക്സ്)
കുഷ്ടരോഗം lucoderma (ലൂക്കോടേർമ്മ)
തലവേദന headache (ഹെഡേക്ക്)
നീര് swelling (സ്വല്ലിംഗ്)
നായ് കടി gonorrhea (ഗോണോറിയ)
ആനകാൽ രോഗം elephant feet (എലിപൻ്റ് ഫീറ്റ്)
ഏക്കൽ hiccup (ഹിക്കപ്)
ശർദി cholera (കോളറ)
രക്തസ്രവം bleeding (ബ്ലീഡിങ്ങ്)

3. Relations (ബന്ധങ്ങൾ)

അമ്മാവൻ uncle (അങ്കിൾ)
അമ്മായി aunt (ആന്റി)
മരുമകൻ,മരുമകൾ cousin (കസിൻ)
അനുസരിക്കുക desciple (ഡെസിപിൾ)
അളിയൻ brother-in-law (ബ്രദർ-ഇൻ-ലോ)
നാത്തൂൻ sister-in-law (സിസ്റ്ററിൻ-ലോ)
ദത്തുപുത്രൻ adopted son (എഡോപ്റ്റഡ് സൺ)
മുത്തശ്ശൻ grand father (ഗ്രാന്റ് ഫാദർ)
മുത്തശ്ശി grand mother (ഗ്രാന്റ് മദർ)
മരുമകൻ son-in-law (സൺ-ഇൻ-ലോ)
പൗത്രൻ grand son (ഗ്രാന്റ് സൺ)
പൗത്രി grand daughter (ഗ്രാന്റ് ഡോട്ടർ)
ഭർത്താവ് husband (ഹസ്ബൻഡ്)
ഭാര്യ wife (വൈഫ്)
അച്ഛൻ father (ഫാദർ)
മകൻ son (സൺ)
മകൾ daughter (ഡോട്ടർ)
ഓമനയായ beloved (ബിലവഡ്)
കാമുകീകാമുകൻമാർ lover (ലവ്വർ)
സഹോദരി sister (സിസ്റ്റർ)
അളിയൻ brother-in-law (ബ്രദർ-ഇൻ-ലോ)
അനന്തരവൻ nephew (നെഫ്യൂ)
അനന്തരവൾ nice (നീസ്)
അമ്മ mother (മദർ)
അമ്മാവൻ maternaluncle (മെറ്റേർണൽ അങ്കിൾ)
അമ്മായി maternal aunt (മെറ്റേർണൽ ആന്റ്)
രഹസ്യ ഭാര്യ kept (കെപ്റ്റ്)
അവകാശി heir (എയ്ർ)
വിദ്യാർത്ഥി pupil (പ്യൂപ്ൽ)
ശ്വശുരൻ father-in-law (ഫാദർ-ഇൻ-ലോ)
ശ്വശ്രു mother-in-law (മദർ-ഇൻ-ലോ)
വിവാഹംമൂലമുണ്ടായ ബന്ധത്തിന്റെ സ്വഭാവം കുറിക്കുന്ന പദം step (സ്റ്റെപ്പ്)

4. Household Goods (ഗ്രഹോപകരണങ്ങൾ)

അലമാരി almirah (അൽമിര)
വിരലുറ thimble (തിംബ്ൾ)
കണ്ണാടി mirror (മിറർ)
ഉരൽ mortar (മോർട്ടാർ)
ഇരുമ്പ് iron (ഐയേൺ)
വിറക് fuel (ഫ്യൂഅൽ)
വറവു ചട്ടി frying pan (ഫ്രൈയിങ്ങ് പെൻ)
കരണ്ടി, തവി ladle (ലേഡ്ൽ)
അടുപ്പ് hearth (ഹേർത്ത്)
പുതപ്പ് bed sheet (ബെഡ് ഷീറ്റ്)
ചിമ്മിണി chimney (ചിമ്മിണി)
ചൂൽ broom (ബ്രൂം)
തൊട്ടിൽ swing (സ്വയിങ്ങ്)
വടി stick (സ്റ്റിക്ക്)
കുട umbrella (അമ്പ്രല)
മാറാലcobwed (കോബ്‌വെബ്)
ചെറുപെട്ടി canister (കാനിസ്റ്റർ)
ചീർപ്പ് comb (കാംബ്)
കടലാസ് paper (പേപ്പർ)
പുസ്തകം books (ബുക്ക്സ്)
കോടാലി axe (ആക്സ്)
കൊപ്പര kettle (കേട്ടിൽ)
ക്രീം cream (ക്രീം)
കസേര chair (ചെയർ)
മുൾക്കരണ്ടി fork (ഫോർക്)

പുകക്കുഴൽ funnel (ഫണൽ)
ചായകുടിക്കാൻ ഉപയോഗിക്കുന്ന പാത്രം glass (ഗ്ലാസ്)
പിടിയുള്ളപാത്രം pitcher (പിച്ചർ)
കൈയിൽ കെട്ടുന്ന വാച്ച് watch (വാച്ച്)
പലഹാരമുണ്ടാക്കുന്ന പലക pastry bord (പേസ്ട്രി ബോർഡ്)
റാട്ട് spinning wheel (സ്പിന്നിങ്ങ് വീൽ)
ചാവി key (കീ)
ചായ പാത്രം tea pot (ടീ പോട്ട്)
കട്ടിൽ cot (കോട്ട്)
ചവണ tongs (റ്റോങ്ങ്സ്)
വള bangle (ബേഗിൾ)
ഇരുമ്പടുപ്പ് stove (സ്റ്റോവ്)
ചെറു കരണ്ടി spoon (സ്പൂൺ)
ചവിട്ടി mat (മേറ്റ്)
മുറം sieve (സീവ്)
പല്ലിന് കുത്തുന്ന കോൽ tooth pick (ടൂത്ത് പിക്ക്)
പൽ പൊടി tooth powder (ടൂത്ത് പൗഡർ)
പല്ലു തേക്കുന്ന ചില്ല twig brush (റ്റ്വിഗ് ബ്രഷ്)
ചരട് thread (ത്രെഡ്)
തൂപകുറ്റി censer (സെൻസാർ)
വെള്ളപൈപ്പ് tap (റ്റാപ്പ്)
എഴുത്താണി pan (പെൻ)
മഞ്ചം bed stead (ബേഡ് സ്റ്റഡ്)
പല്ലക്ക് palanquin (പാലൻകിൻ)
മരതൊട്ടി tub (ടബ്)
കൂട basket (ബാസ്ക്കറ്റ്)
മേശ desk (ഡിസ്ക്)
പെട്ടി box (ബോക്സ്)
അടപ്പ് lid (ലിഡ്)
തൊട്ടി bucket (ബക്കറ്റ്)
തലയണ pillow (പില്ലോ)
തലയണ ഉറ pillow cover (പില്ലോ കവർ)
അളവു കോൽ scale (സ്കെയിൽ)
ചട്ടി pan (പേൻ)
പൂട്ട് lock (ലോക്ക്)
എണ്ണ oil (ഓയിൽ)
തന്ത്രി wire (വൈർ)
സുരക്ഷിതം safe (സെയിഫ്)
ചൂള oven (അവൺ)
വൻതളിക platter (പ്ലാട്ടർ)
തീപ്പെട്ടി കൊള്ളി match stick (മാച്ച് സ്റ്റിക്ക്)
തീപ്പെട്ടി match box (മാച്ച് ബോക്സ്)
തിണ്ട് diwan (ദിവാൻ)
അകിൽ വിളക്ക് earthen lamp (എർത്തൺ ലാബ്)
പാൽ പാത്രം milk pot (മിൽക്ക് പോട്ട്)
തൈര് curd (കേർഡ്)
ചട്ടിരൂപത്തിലുള്ള പാത്രം sauce pan (സാസ് പെൻ)
ചതക്കുക pestle (പെസ്ൾ)
മേശ table (ടേബിൾ)
ചൂരൽ കസേര reed chair (റീഡ് ചെയർ)
മെഴുക് candle (കേന്റിൽ)
തലയണ bolster (ബോൾസ്റ്റാർ)
തൈര് കടയുന്ന കോൽ churn staff (ചാറൻ സ്റ്റഫ്)
മണ്ണെണ്ണ kerosene (കെറോസിൻ)
കമ്പി string (സ്റ്റിങ്ങ്)
കയർ rope (റോപ്പ്)
ചവിട്ടി foot mat (ഫൂട്ട് മാറ്റ്)
കോളാമ്പി spittoon (സ്പിറ്റൂൺ)
കോപ്പ bowl (ബൗൾ)
തൊട്ടിൽ cradle (ക്രേഡിൽ)
ബഹുശാഖാദീപം chandlier (ചാന്റിലീയർ)
(പൂ തൊട്ടി) flower vase (ഫ്ളവർ

വേസ്)
മടിശ്ശീല purse (പേഴ്സ്)
കുടുക്ക pot (പോട്ട്)
ബൾബ് bulb (ബൾബ്)
തൊട്ടി bucket (ബക്കറ്റ്)
ബെഞ്ച് bench (ബെഞ്ച്)
ചുരുൾ roller (റോളർ)
കുപ്പി bottle (ബോട്ടിൽ)
കുടുക്ക് button (ബട്ടൺ)
വിളക്കുതിരി wick (വിക്)
ചാക്ക് sack (സേക്ക്)
ഭസ്മം ash (ആഷ്)
എഴുത്താണി pen (പെൻ)
മായാ ദീപം lantern (ലാൻടർ)
പാത്രം lota (ലോട്ടാ)
ലുങ്കി sorang (സോറാഗ്)
പളുങ്ക് കുപ്പി phial (ഫയൽ)
സോപ്പ് soap (സോപ്)
സ്റ്റൂൾ stool (സ്റ്റൂൾ)
പെട്ടി box (ബോക്സ്)
അടക്ക മുറിക്കാൻ ഉപയോഗിക്കുന്ന പീശാത്തി nut cutter (നട്ട് കട്ടർ)
തുണി സൂക്ഷിക്കാനുള്ള പെട്ടി dressing box(ഡ്രെസിങ്ങ് ബോക്സ്)
സൂചി needle (നീഡിൽ)
ചവണ pincers (പിൻസേർസ്)
കത്തി seythe (സേയ്ത്ത്)
ഹൂക്ക hubble-bubble (ഹബിൾ - ബബിൾ)

5.Clothes and Ornaments

(വസ്ത്രങ്ങളും ആഭരണങ്ങളും)

മോതിരം ring (റിങ്ങ്)
വരയുള്ള തുണി lining (ലൈനിങ്ങ്)
കുപ്പായകയ് sleeve (സ്ലീവ്)
ഉള്ളുടുപ്പ് tunic (ട്യൂണിക്ക്)
കുപ്പായകഴുത്ത് collar (കോളർ)
കുർത്ത kurta (കുർത്ത)
അങ്കി coat (കോട്ട്)
അരപ്പട്ട belt (ബെൽറ്റ്)
ചിത്രലേഖന തുണി canvas (കേൻവാസ്)
കച്ച girdle (ഗ്രിഡിൽ)
കാതിൽ ear ring (ഇയർ റിങ്ങ്)
കാപ്പ് bracelet (ബ്രയ്സ്ലെറ്റ്)
കിടക്ക cushion (കുഷൻ)
ചെവിമൂടി തൊപ്പി muffler (മഫ്ലർ)
സ്ത്രീകളുടെ പുറക്കുപ്പായം blouse (ബ്ലൗസ്)
തൂവാല napkin (നാപ്പ്കിൻ)
കരിമ്പടം blanket (ബ്ലാങ്കറ്റ്)
പുരുഷ വസ്ത്രം shirt (ഷർട്ട്)
അങ്കവസ്ത്രം shawl (ഷാൾവ)
മുണ്ട് dhoti (ദോത്തി)
നിക്കർ half pant (ഹാഫ് പേന്റ്)
ട്രൗസർ trousers (ട്രൗസർ)
സ്ത്രികളുടെ ശിരോവസ്ത്രം turban (ടർബൺ)
തിരശീല curtain (കർട്ടൺ)
മൂക്കുത്തി nose ring (നോസ് റിങ്ങ്)
കല്ലുളി broach (ബ്രോച്ച്)
പൈജാമ payjama (പൈജാമ)
പെറ്റിക്കോട് petticoat (പെറ്റികോട്ട്)
ഉടുപ്പ് gown (ഗൗവുൺ)
ഉറ cover (കവർ)
പാവാട skirt (സ്കെർട്ട്)
മറ veil (വേൽ)
വിരിപ്പ് sheet (ഷീറ്റ്)

രാത്രിയിലണിയുന്ന വസ്ത്രം cloak (ക്ലോക്ക്)
തുണിക്കഷണം chintz (ചിൻസ്)
അടി വസ്ത്രം underwear (അണ്ടർവേർ)
വ്യായാമം drill (ഡ്രിൽ)
കീശ pocket (പോക്കറ്റ്)
കഴുത്തിലണിയുന്ന മാല chain (ചെയിൻ)
കാലുറ socks (സാക്സ്)
ചുരുൾ frill (ഫ്രിൽ)
പാദ രക്ഷ shoe (ഷൂ)
തൊപ്പി cap (കേപ്പ്)
തൊപ്പി hat (ഹേറ്റ്)
തോർത്ത് towel (ടവൽ)
കസവ് laces (ലേസസ്)
കൈയുറ gloves (ഗ്ലൗസ്)
രണ്ടാം മുണ്ട് scarf (സ്കാർഫ്)
നീണ്ട തുണി long cloth (ലോങ്ങ് ക്ലോത്ത്)
ഐക്യരൂപം uniform (യൂണിഫോം)
മിനുസ പട്ട് satin (സാറ്റിൻ)
പെറ്റിക്കോട്ട് chemise (ഷിമ്മീസ്)
സൽവാർ salwar (സൽവാർ)
മൊട്ടു കമ്മൽ stud (സ്റ്റഡ്)
വസ്ത്രം dress (ഡ്രസ്)
നാഡ lace (ലേസ്)
ബനിയൻ vest (വെസ്റ്റ്)
മേൽവസ്ത്രം over coat (ഓവർ കോട്ട്)
ട്രൗസർ breeches (ബ്രീച്ചസ്)
പായ് bedding (ബെഡ്ഡിങ്ങ്)
മൂഡുപടം (പർദ) veil (വെയിൽ)
ഒരു തരം മുറികൈയ്യൻ കുപ്പായം bushshirt (ബ്യൂഷർട്)
ഒരു തരം പാദരക്ഷ boot (ബൂട്ട്)
കാപ്പ് armlet (അംലെററ്)
സൂര്യകാന്തി പട്ട് velvet (വെൽവെറ്റ്)
വക്ക് border (ബോർഡർ)
നേർത്ത മസ്‌ലിൻ തുണി muslin (മസ്‌ലിൻ)
പാദയുറ stockings (സ്റ്റോക്കിങ്ങ്)
കോസഡി quilt (ക്യൂൽട്ട്)
കൂട്ടിതയ്ക്കുക darn (ഡാൺ)
പരുത്തി വസ്ത്രം cotton (കോട്ടൺ)
തൂവാല handkerchief (ഹാന്റ് കർച്ചീഫ്)
പട്ടു വസ്ത്രം silk (സിൽക്ക്)
ചേല sari (സാരി)
ചെരുപ്പ് slipper (സ്ലിപ്പർ)
ചൂടു കുപ്പായം sweater (സ്വട്ടർ)
നൂൽ yarn (യാൺ)
കവചം suit (സ്യൂട്ട്)
കണ്ഠാഭരണം necklace (നെക്കലേസ്)
യാത്രയിൽ ഉപയോഗിക്കുന്ന സഞ്ചി holdall (ഹോൾഡാൾ)

6.Eatables (ഭക്ഷണപദാർത്ഥങ്ങൾ)

മുട്ട egg (എഗ്)
അച്ചാർ pickle (പിക്കിൾ)
ധാന്യങ്ങൾ cereal (സിറിൽ)
തുവര pigeon pea (പീജിയൺ പീ)
കൂവകിഴങ്ങ് arrowroot (അറോറൈ ട്ട്)
പൊടി flour (ഫ്ളോർ)
പുളി tamarind (ടേമറിന്റ്)
ഏലക്കായ് cardamam (കാർഡമ്മം)
മിട്ടായ് comfit (കംഫിട്ട്)
കൂട്ടാൻ curry (കറി)
കാപ്പി coffee (കോഫി)
ഐസ്ക്രീം ice-cream (ഐസ്ക്രീം)
കുരുമുളക് pepper (പെപ്പർ)
കേക് cake (കേക്)
കുങ്കുമ പൂ saffron (സേഫ്റോൺ)
പായസം rice milk (റൈസ് മിൽക്ക്)
പനം ചക്കര jaggery (ജാഗിരി)
കൊത്തവര cluster bean (ക്ലസ്റ്റർ ബിൻ)
ഗോതമ്പ് wheat (വീറ്റ്)
നെയ് clarified butter (ക്ലാരിഫൈഡ് ബട്ടർ)
മസാലച്ചാറ് sauce (സോസ്)
പാൽപാട കട്ടി cheese (ചീസ്)
വെറ്റില betal leaf (ബീറ്റൽ ലീഫ്)
റൊട്ടി bread (ബ്രെഡ്)
ചെടി poppy (പോപ്പി)
മഞ്ഞു കട്ടി ice (ഐസ്)
കമ്പ് pearl millet (പേൾ മില്യണ്ട്)
ബിസ്ക്കറ്റ് biscuit (ബിസ്ക്കറ്റ്)
ചോള കതിർ corn ear (കോറൻ ഇയർ)
ഭക്ഷണം food (ഫുഡ്)
ചോളം maize (മെയ്സ്)
വെണ്ണ butter (ബട്ടർ)
പട്ടാണി pea (പീ)
പയറു വർഗ്ഗങ്ങൾ gram (ഗ്രാം)
അരി rice (റൈസ്)
ചായ tea (ടീ)
നെല്ല് beaten paddy(പീറ്റൻ പെഡ്ഡി)
പൻസാര sugar (ഷുഗർ)
ഉമി bran(ബ്രേൻ)
മുട്ടായി chocolate (ചാക്ക്ലേറ്റ്)
പനീർ cheese (ചീസ്)
ഓട്ട്സ് oat (ഓട്ട്)
ബാർലി barley (ബാർലി)
ചോളം millet (മില്ലറ്റ്)
പച്ചക്കറി vegetable (വെജിറ്റബിൾ)
എള്ള് seasumum (സീസമം)
എണ്ണ oil (ഓയിൽ)
പാൽ കഞ്ഞി porridge (പോറിഡ്ജ്)
പരിപ്പ് pulse (പൾസ്)
പാൽ milk (മിൽക്ക്)
നെല്ല് paddy (പേഡി)
ഉപ്പ് salt (സാൾട്ട്)
ഉപ്പുള്ള പദാർത്ഥം salty dish (സാൾട്ടി ഡിഷ്)
ജാം jam (ജാം)
പൊഡിയരി puffed rice(പഫ്ഡ് റൈസ്)
ചെറുപയർ kidney bean (കിഡ്നി ബീൻ)
മൈദ fine flour (ഫൈൻ ഫ്ളോർ)
ഉലുവ buck wheat (ബക്ക് വീറ്റ്)
ഇരട്ടിമധുരം liquorice (ലിക്വറൈസ്)
തേൻ പാക് malasses (മെലാസെസ്)
ആവണ കായ് castor seed (കേസ്റ്റർ സീഡ്)
അത്താഴം supper (സപ്പർ)
മോര് butter milk (ബട്ടർ മിൽക്ക്)
വീഞ്ഞ് wine (വൈൻ)

മോര് whey (വേ)
പയറ് തുവര മുതലായവ lentil (ലെൺടിൽ)
ഇറച്ചി meat (മീറ്റ്)
പന്നിയിറച്ചി pork (പോർക്ക്)
ആട്ടിറച്ചി mutton (മട്ടൺ)
മാട്ടിറച്ചി beef (ബീഫ്)
മധുരം sweet meat (സ്വീറ്റ് മീറ്റ്)
കൽക്കണ്ടി sugar-candy (ഷുഗർ കാന്റി)
മധുദ്രവമിശ്രിതമായ ഔഷധം syrup (സിറപ്പ്)
മധു honey (തേൻ)
കടുക് mustard (മസ്റ്റർഡ്)
വിനാഗിരി vinegar (വിനിഗർ)
പാക്ക് betel nut (ബെറ്റൽ നട്ട്)
ചുക്ക് dry ginger (ഡ്രൈ ഗിഗ്ഗർ)
മഞ്ഞൾ turmeric (ടർമറിക്ക്)
(അവൽ) sweet pudding (സ്വീറ്റ് പുഡ്ഡിങ്ങ്)

7. Flowers (പുഷ്പങ്ങൾ)

അരളി oleander (ഓലീന്റർ)
താമര lotus (ലോട്ടസ്)
ആമ്പൽ lily (ലില്ലി)
ജെമന്തി camomile (കേമോമിൽ)
താഴംമ്പൂ pandanus (പേണ്ടാനസ്)
കൂൺ mush room (മഷ്റൂം)
പൂത്താലി moon flower (മൂൺ ഫ്ളവർ)
മുല്ലപ്പൂ sweet jasmine (സ്വീറ്റ് ജാസ്മിൻ)
ചെണ്ട് മല്ലി millingtonia (മിലിങ്ങ്ഡോണിയ)
തുളസി basil(ബേസിൽ)
നാർസിസ് narcissus (നാർസിസസ്)
പോപ്പി ചെടി poppy (പോപ്പി)
ഒരു തരം നെൽ പൂ (വരി) patchoully (പച്ചോളി)
നന്ത്യാർ വട്ടം water solder (വാട്ടർ സോൾഡർ)
ബാൽസം balsam (ബാൾസം)
പൂവരശ് tulip (ട്യൂലിപ്)
ഒരു തരം മഞ്ഞൾ പൂ marigold (മേരി ഗോൾഡ്)
ഡാലിയ daisy (ഡെയിസി)
പനിനീർ rose (റോജ)
തിരുനീട്ടപത്തിരി common sweet basil (കോമൺ സ്വീറ്റ് ബെസിൽ)
മല്ലിക പൂ jasmine (ജാസ്മിൻ)
ഡെയിലി daisy (ഡെയിസി)
ചക്കമുല്ല round jasmine (റൗഡ് ജാസ്മിൻ)
സൂര്യകാന്തി പൂ sun flower (സൺ ഫ്ളവർ)
റെങ്കൂൺ മുല്ല rangoon creeper (റെങ്കൂൺ ക്രീപ്പർ)

8. Fruits (പഴവർഗ്ഗങ്ങൾ)

മുന്തിരി grapes (ഗ്രേപ്സ്)
അത്തിപ്പഴം fig (ഫിഗ്)
അക്രൂറ്റ് walnut (വാൾനട്ട്)
കൈതചക്ക pine-apple (പൈനാപ്പിൾ)
മാദളപ്പഴം pomegranate (പോമോഗ്രേനെറ്റ്)
പേരയ്ക്ക guave (ഗോവ്)
പീച്ചപഴം peach (പീച്ച്)
തണ്ണീർ മത്തൻ water melon (തർപൂസണി)
തേങ്ങ coconut (കോക്കനട്ട്)
നാരങ്ങ orange (ഓറഞ്ച്)
ചെറുനാരങ്ങ lemon (ലെമൺ)
സവർജെല്ലി pear (പിയർ)
പപ്പാളി papaya (പപ്പായ)
മാങ്ങ mango (മേങ്കോ)
പ്ലം plum (പ്ലം)

കിസ്മിസ് raisin (റെയിസിൻ)
പഴം banana (ബനാന)
അണ്ടിപരിപ്പ് cashew nut (കേഷ്യു നട്ട്)
ഈന്തപഴം date (ഡേറ്റ്)
കിർണ്ണിപ്പഴം melon (മെലോൺ)
വെള്ളരിക്ക cucumber (കുക്കുമ്പർ)
ആപ്രികോട്ട് apricot (ആപ്രികോട്ട്)
വെള്ളരിപ്പഴം sapodilla (സപോഡില)
ഞാവൽ പഴം rose apple (റോസ് ആപ്പിൾ)
പിസ്ത pistachio (പിസ്റ്റേഷ്യ)
ബദാം almond (ആൽമണ്ട്)
പ്ലം plum (പ്ലം)
നിലക്കടല groundnut (ഗ്രൗണ്ട് നട്ട്)
വിലാംപഴം wood - apple (വുഡ് ആപ്പിൾ)
ലിച്ചി lichi (ലിച്ചി)
സീതപ്പഴം custard apple (കസ്റ്റർഡ് ആപ്പിൾ)
മൾബറി mulberry (മൾബറി)
ആലപ്പകAഡ പഴം prune (പ്രൂൺ)
മധുര നാരങ്ങ orange (ഓറഞ്ച്)
ആപ്പിൾ apple (ആപ്പിൾ)

9.Vegetables (പച്ചകറികൾ)

ഇഞ്ചി ginger (ജിഞ്ചർ)
ചേമ്പ് colocasia (കോലോകേഷിയ)
ഉരുളക്കിഴങ്ങ് potato (പൊട്ടറ്റോ)
കക്കിരിക്ക long cucumber (ലോങ്ങ് കുക്കുമ്പർ)
ചക്ക jack fruit (ജാക്ക് ഫ്രൂട്ട്)
പാവയ്ക്ക bitter gourd (ബിട്ടർ ഗേഡ്)
കോവയ്ക്ക evy gourd (ഇവിഗാഡ്)
പച്ച കായ് green plantain(ഗ്രീൻ പ്ലാന്റെയിൻ)
കേരറ്റ് carrot (കേരറ്റ്)
കോളിഫ്ളവർ couli flower (കോളിഫ്ളവർ)
നൂൽകോൽ knolkhol (നൂക്കൽ)
കൊത്തവരങ്ങ cluster beans (ക്ലസ്റ്റർ ബീൻസ്)
ചുരക്ക luffa (ലൂഫ)
ബീറ്റ് റൂട്ട് beetroot (ബീറ്റ് റൂട്ട്)
ചീരത്തണ്ട് amaranthus (അമരാന്തസ്)
കൊത്തമല്ലി amaranthus (അമറാൻതസ്)
ചീര spinage (സ്പിനേജ്)
പുതിന mint (മിന്റ്)
കുമ്പളങ്ങ ash pumpkin (ഏഷ് പംകിൻ)
സവോള onion (ഓണിയൻ)
കേബേജ് cabbage (കാബേജ്)
വഴുതനങ്ങ brinjal (ബ്രിഞ്ചൾ)
വെണ്ടക്ക lady finger (ലേഡിസ് ഫിങ്കർ)
ചോളക്കതിർ corn ear (കോണിയർ)
പട്ടാണി pea (പീ)
മുള്ളങ്കി radish (റാഡിഷ്)
വെള്ളുള്ളി garlic (ഗാർലിക്)
ചക്കരക്കിഴങ്ങ് sweet potato (സ്വീറ്റ് പോട്ടറ്റോ)
ടർണിപ്പ് turnip (ടർണിപ്പ്)
ചീര turnip (ടെർണിപ്പ്)
അവരക്ക bean (ബീൻ)
മുരിങ്ങാകായ് drumstick (ഡ്രെം സ്റ്റിക്ക്)
ചേന yam (യാം)

10.Spice (മസാല)

അയമോദം caraway (കരാവേ)
ഇഞ്ചി ginger (ജിഞ്ചർ)
ആളി വിത linseed (ലിൻസീഡ്)
കരിഞ്ചീരകം nigella (നിഗേല)
കുരുമുളക് black pepper (ബ്ലേക്ക് പപ്പർ)
കുങ്കുമ പൂ saffron (സഫ്റോൺ)
ഈസ്റ്റ് yeast (ഈസ്റ്റ്)
ഗസഗസ poppyseed (പോപിസീഡ്)
ജാദിക്കായ് nutmeg(നട്ട്മെഗ്)
ചീക്ക soapnut (സോപ് നട്ട്)
ഗ്രാമ്പ് clove (ക്ലോവ്)
പാക്ക് betel nut (ബീറ്റൽനട്ട്)
വിനാഗിരി vinegar (വിനീഗർ)
ജാതിപ്പത്തിരി mace (മേസ്)
ജീരകം cumin seed(ക്യൂമിൻ സീഡ്)
കറാമ്പ് casia (കേസിയ)
കൊത്തമ്പാരി corrander seed (കോറന്റർ സീഡ്)
ഉപ്പ് salt (സാൾട്ട്)
കടികാരം alum (ആലം)
കടുക്ക gallnut (ഗാൾനട്ട്)
മുളക് chillies (ചില്ലീസ്)
ചുക്ക് dry ginger (ഡ്രൈ ജിഞ്ചർ)
സാബൂനരി sago (സേഗോ)
മഞ്ഞൾturmeric (ടർമറിക്ക്)
പെരുങ്കായം asafotida (അസഫോഡിയ)

11.Birds (പക്ഷികൾ)

കരുങ്കുരുവി swallow (സ്വാലോ)
മൂങ്ങ owl (ഔൽ)
മരങ്കൊത്തി wood pecker (വുഡ്പെക്കർ)
പിറാവ് pigeon (പീജിയൻ)
വെള്ളപക്ഷി cockatoo (കോകേടൂ)
ഹേരൻ heran (ഹേരൻ)
കുയിൽ cuckoo (കൂക്കൂ)
കാക്കാ crow (ക്രോ)
പരുന്ത് eagle (ഈഗിൾ)
കഴുകൻ vulture (വൾച്ചർ)
കുരുവി sparrow (സ്പേറോ)
ചക്രവാക പക്ഷി uddy goose (റെഡി ഗൂസ്)
കൊക്ക് red legged partridge (റെഡ് ലെഗ്ഡ് പെട്രിജ്)
വവ്വാൽ bat (ബേറ്റ്)
ഗരുഡൻ kite (കൈറ്റ്)
കോഴികുഞ്ഞ് chicken(ചിക്കൺ)
കൊച്ച pewit (പിവിറ്റ്)
ആൾക്കാട്ടി പക്ഷി partridge (പാട്രിജിഡ്)
തത്ത parrot (പാരോട്)
കുരുവി magpie (മേഗ്പായ്)
താറാവ് duck (ഡക്ക്)
രാപ്പാടി nightingale (നൈറ്റിഗെയിൽ)
പാറാഡൻ weaver bird (വീവ് ബേഡ്)
കടാപ്പക്ഷി quail (ക്വയിൽ)
കഴുകൻ hawk (ഹാക്ക്)
പൂവൻ കോഴി cock (കോക്ക്)
പിടകോഴി hen (ഹെൻ)
മയിൽ peacock (പീകോക്ക്)
പാടുന്ന ഒരുതരം പക്ഷി thrush (ത്രഷ്)
മൈന canary (കെനേറി)
വാനമ്പാടി lark (ലാർക്ക്)
കൊറ്റി crane (ക്രേൻ)
ഒട്ടകപക്ഷി ostritch (ആസ്ട്രിച്ച്)
അരയന്നം swan (സ്വൻ)

12. Animals and Insects
(മൃഗങ്ങളും പാററകളും)

മലപാമ്പ് boa (ബോആ)
ഒട്ടകം camel (കേമൽ)
കടലാമ turtle (ടർട്ടിൽ)
പെൺ പട്ടി bitch (ബിച്ച്)
ഞണ്ട് crab (ക്രേബ്)
കോവർ കഴുത mule (മ്യൂൾ)
മുയൽ hare (ഹേർ)
ചെറുപ്രാണി bug (ബഗ്)
വണ്ട് beatle (ബേറ്റിൽ)
പശു cow (കൗ)
അണ്ണാൻ squirrel (സ്ക്വാറൽ)
കഴുത ass (ആസ്)
കാണ്ടാമൃഗം rhino ceroes (റിനോസർസ്)
കുതിക horse (ഹോർ)
പെൺകുതിര mare (മേർ)
ഒച്ച് snail (സ്നെയിൽ)
മുതല allegator (എലിഗേറ്റർ)
അമേരിക്കൻ ചീങ്കണ്ണി panther (പേൺതർ))
എലി rat (റാറ്റ്)
ചുണ്ടെലി mole (മോൾ)
ജിറാഫ് giraffe (ജിറാഫി)
പല്ലി lizard (ലിസാർട്ട്)
പേൻ lice (ലൈസ്)
കുളയട്ട leech (ലീച്ച്)
ചീവീട് cricket (ക്യൂക്കറ്റ്)
വരകുതിര zebra (ജീബ്രാ
നീർനായ spenial (സ്പീണിയൽ)
ചെറുകുതിര pony (പോണി)
പച്ച തുള്ളൻ grass hopper (ഗ്രാസ് ഹോപ്പർ)
വെട്ടുകിളി locust (ലോകസ്റ്റ്)
കരുമ്പുല leopard (ലേപർഡ്)
ഒരു തരം പാറ്റ wasp (വാസ്പ്)
കസ്തൂരിമാൻ musk deer (മസ്ക്ക് ഡീർ)
ഗങ്കാരു kangaroo (കങ്കാരു)
പട്ടി dog (ഡോഗ്)
മാൻ blue bull (ബ്രൂപുൽ)
കീരി mongoose (മാങ്കൂസ്)
പട്ടി കുഞ്ഞ് puppy (പപ്പി)
ഒരു തരം പേന് flea (ഫ്ളി)
തേൾ scorpion (സ്കോർപ്പിൻ)
കുട്ടനാട് he goat (ഹീ ഗോട്ട്)
പെണ്ണാട് she goat (ഷീ ഗോട്ട്)
ആട്ടിൻ കുട്ടി kid (കിഡ്)
പശു കുട്ടി calf (കാഫ്)
കുതിര കുട്ടി colt (കോൾട്ട്)
പൂച്ച cat (കേറ്റ്)
പൂച്ച കുട്ടി kitten (കിട്ടൺ)
കുരങ്ങ് monkey (മങ്കി)
മനുഷ്യകുരങ്ങ് chimpanzee (ചിംപാൻസി)
പുലി tiger (ടൈഗർ)
ആൺ മാൻ stag (സ്റ്റേഗ്)
കാള Ox/bullock (ഓക്സ് / ബുള്ളക്)
കരടി bear (ബിയർ)
ചെന്നായി wolf (വൂൾഫ്)
ചെമ്മരിആട് sheep (ഷീപ്പ്)
ആട്ടിൻ കുട്ടി lamb (ലേബ്ബ്)
ചെമ്മരിയാടിൻകൂട്ടം ram (റാം)
വണ്ണാൻ spider (സ്പൈഡർ)
ഈച്ച fly (ഫ്ളൈ)
മുതല crocodile (ക്രോക്കോഡയിൽ)
കൊതു mosquito (മൊസ്കിറ്റോ)
മീൻ fish (ഫിഷ്)
ചിത്രശലഭം butterfly (ബട്ടർഫ്ളൈ)

വെള്ളയുറുമ്പ് termite (റ്റേർമൈറ്റ്)
തവളകുഞ്ഞ് tadpole(റ്റാഡ്പോൾ)
പട്ടുനൂൽപുഴു silk worm (സിൽക്ക്വോം)
കുറുക്കൻ fox (ഫോക്സ്)
കഴുതപ്പുലി hyena (ഹയീന)
വാലില്ലാക്കുരങ്ങ് ape (എയ്പ്)
സർപ്പം snake (സ്നെയ്ക്)
മുത്തുച്ചിപ്പി oyster (ഓയ്സ്റ്റർ)
കാള bull (ബുൾ)
തേനീച്ച bee (ബീ)
തവള frog (ഫ്രോഗ്)
മുള്ളം പന്നി procupine (പ്രൊക്യൂപൈൻ)
കുറുനരി jackal (ജാക്കോൾ)
സിംഹം lion (ലയൻ)
പന്നി pig (പിഗ്)
പെൺ പന്നി swine (സൈ്വൻ)
മാൻ deer (ഡീർ)
മാൻകുട്ടി fawn (ഫോൺ)
ആണ elephant (എലിഫന്റ്)

13. Professions (തൊഴിൽ)

വാർത്താ പ്രതിനിധി news agent (ന്യൂസ് ഏജന്റ്)
പ്രതിനിധി agent (ഏജന്റ്)
യന്ത്രവിദ്യാവിദഗ്തൻ engineer (എഞ്ചിനിയർ)
അഭിനയിക്കുന്നവർ actor (ആക്റ്റർ)
അഭിഭാഷകൻ advocate (അഡ്വകേറ്റ്)
കൽപ്പന orderly (ഓർഡർലി)
കലാകാരൻ artist (ആർട്ടിസ്റ്റ്)
കവി poet (പോയറ്റ്)
കശാപ്പുകാരൻ butcher (ബുച്ചർ)
തൊഴിലാളി artisan (ആർട്ടിസൻ)
കൃഷിക്കാരൻ farmer (ഫാർമ്മർ)
പഴങ്ങൾ വിൽക്കുന്നവൻ green-grocer (ഗ്രീൻ - ഗ്രോസർ)
തെണ്ടിനടക്കുക potter (പോട്ടർ)
ചുമട്ടുതൊഴിലാളി porter (പോർട്ടർ)
പരിശീലകൻ coachman (കോച്ച് മേൻ)
ഖജാൻജി cashier (കേഷിയർ)
കൊണ്ടുനടന്നു വിൽക്കുന്ന വ്യാപാരി hawker (ഹോക്കർ)
സുഗന്ധദ്രവ്യ വ്യാപാരി perfumer (പെർഫ്യൂമർ)
ആട്ടിടയൻ shepherd (ഷിപ്പേർഡ്)
സംഗീതജ്ഞൻ musician (മ്യുസിഷൻ)
ഗോപാലകൻ cowherd (കൗഹേർഡ്)
ശിവായി peon (പ്യൂൺ)
പാറാവുകാരൻ watchman (വാച്ച്മേൻ)
ശസ്ത്രക്രീയക്കാരൻ surgeon (സർജൻ)
പുസ്തകം കുത്തികെട്ടുന്നവൻ binder (ബൈന്റർ)
പൊന്ന് വിൽക്കുന്നയാൾ jeweler (ജ്വാല്ലർ)
ടൈപ്പ് ചെയ്യുന്നവർ typist (ടൈപ്പിസ്റ്റ്)
ഉടമ്പടിക്കാരൻ contractor (കണ്ടക്റ്റർ)
തപാൽ കാരൻ postman (പോസ്മേൻ)
ചെണ്ടക്കാരൻ drummer (ഡ്രമ്മർ)
തബേല വായിക്കുന്നവൻ tabla player (തബ്ലപ്ലേയർ)
എണ്ണ ആട്ടുന്നവർ oilman (ഓയിൽമേൻ)
വൈദ്യൻ doctor (ഡോക്ടർ)
തുന്നക്കാരൻ tailor (ടെയിലർ)
ദല്ലാർ broker (ബ്രോക്കർ)
ദന്ത വൈദ്യൻ dentist (ഡെന്റിസ്റ്റ്)

ഔഷധ വിക്രേതാവ് druggist (ഡ്രഗിസ്റ്റ്)
ചില്ലറ കച്ചവടക്കാരൻ shopkeeper (ഷോപ്പ് കീപ്പർ)
പഞ്ഞ് അടിക്കുന്നവൻ carder (കാർഡർ)
വണ്ണാൻ washerman (വാഷർമേൻ)
രോഗികളെ സുശ്രൂഷിക്കുന്നവർ nurse (നർസ്)
കുഴൽ പണിക്കാരൻ plumber (പ്ലമ്പർ)
ഷൗരംപണിക്കാരൻ barber (ബാർബർ)
റൊട്ടിയുണ്ടാക്കുന്നവൻ baker (ബേക്കർ)
നാവികൻ sailor (സെയിലർ)
പത്ര ലേഖകൻ journalist (ജെണലിസ്റ്റ്)
പരീക്ഷകൻ examiner (എക്സാമിനർ)
മല്ലൻ wrestler (റെസ്ലർ)
പുരോഹിതൻ clergyman (ക്ലർജിമേൻ)
നമ്പൂതിരി priest (പ്രീസ്റ്റ്)
ഛായമടിക്കുന്നയാൾ painter (പെയിന്റർ)
പ്രസാധകൻ publisher (പബ്ലിഷർ)
കാര്യസ്ഥൻ manager (മേനേജർ)
അഭ്യസിപ്പിക്കുന്നവൻ trainer (ട്രെയിനർ)
കൊണ്ടുനടന്നു വിൽക്കുന്നവർ pedlar (പെഡ്ലർ)
തുണി കച്ചവടക്കാരൻ draper (ഡ്രാപ്പർ)
ആശാരി carpenter (കാർപെന്റർ)
പൊതുകച്ചവടക്കാരൻ general merchant (ജെണറൽ മെർച്ചണ്ട്)
നെയ്ത്തുതൊഴിലാളി weaver (വീവർ)
സന്ദേശവാഹകൻ bearer (ബെയറർ)
അദ്ധ്യാപകർ teacher (ടീച്ചർ)
പീടിക കാരൻ store keeper (സ്റ്റോർ കീപ്പർ)
ധാന്യം വറുക്കുന്നവൻ grain parcher (ഗ്രയിൻ പാർച്ചർ)
യാചകൻ beggar (ബെഗ്ഗർ)
വെള്ളം ചുമക്കുന്നവർ water carrier (വാട്ടർ കെറിയർ)
തൊഴിലാളി labourer (ലേബറർ)
കടത്തുകാരൻ boatman (ബോട്ട്മേൻ)
പണം കടം കൊടുക്കുന്നവൻ money lender (മണി ലെണ്ടർ)
തോട്ടക്കാരൻ gardener (ഗാർഡർ)
യന്ത്ര പണിക്കാരൻ mechanic (മെക്കാനിക്ക്)
അച്ചിടിക്കുന്നയാൾ printer (പ്രിന്റർ)
കണക്കെഴുത്തുകാരൻ accountant (എകൗണ്ടന്റ്)
ചിത്ര പണി sculptor (സ്കൾപ്ചർ)
ചെരിപ്പു കുത്തി cobbler (കോബ്ലർ)
തൂപ്പുജോലിക്കാർ sweeper (സ്വീപ്പർ)
ഛായം മുക്കുന്നയാൾ dyer (ഡയർ)
ഔഷധ വ്യാപാരി chemist (കെമിസ്റ്റ്)
വെപ്പുകാരൻ cook (കുക്ക്)
ഗ്രന്ഥകാരൻ author (ഓഥർ)
കൊല്ലൻ blacksmith (ബ്ലാക്ക്സ്മിത്ത്)
വക്കീൽ lawyer (ലോയർ)
വൈദ്യൻ physician (ഫിസിഷിയൻ)
പത്ര റിപ്പോർട്ടർ reporter (റിപ്പോർട്ടർ)
പോലീസ്കാരൻ policeman (പോലീസ്മേൻ)
തട്ടാൻ goldsmith (ഗോൾഡ്സ്മിത്ത്.)
കച്ചവടക്കാരൻ merchant (മർച്ചന്റ്)
പരഹാരമുണ്ടാക്കുന്നവൻ confectioner (കൺഫേക്ഷണർ)

PERSONALITY DEVELOPMENT

Management Guru Bhagwan Shri Ram
Author: Dr. Sunil Jogi
Rs. 95

Management Guru Hanuman
Dr. Sunil Jogi
Rs. 95

Management Guru Chankya
Author: Himanshu Shekhar
Rs. 95

Gandhi and Management
Author: Dr. Pravind Shukl
Rs. 95

Management Guru Ganesha
Author: B.K. Chandrashekhar
Rs. 125

Unlock the Door to Success
Author: Ashok Jain
Rs. 125

Secrets Of Success Through Bhagwadgeeta
Author: Kapil Kakkar
Rs. 95

Time Management
Author: Dr. Rakha Vyas
Rs. 125

Be An Achiever
Author: K G Varshney
Rs. 95

Power of Positive Thinking
Author: G.D. Budhiraja
Rs. 95

Think And Grow Rich
Author: Napoleon Hill
Rs. 100

Golden Sutra Of Success
Author: P. Gopal Sharma
Rs. 95

Dare to Dream Dare to Excel
Author: Dr. H. Devsre
Rs. 95

Yes You Can
Dr. Harikrishan Devsare
Rs. 95

Tips of Success
Author: Sunil Jogi
Rs. 95

Success Is Not By Chance
Author: Ashok Indu
Rs. 95

DIAMOND BOOKS
X-30, Okhla Industrial Area, Phase-II, New Delhi-110020,
Phones: 41611861- 65, 40712100, Fax: 011- 41611866
E-mail: Sales@dpb.in, Website: www.dpb.in

www.ingramcontent.com/pod-product-compliance
Lightning Source LLC
LaVergne TN
LVHW091303080426
835510LV00007B/370
* 9 7 8 8 1 2 8 8 1 1 8 4 5 *